mga ritwal, sumpa
at panata

mga ritwal, sumpa at panata

*kalipunan ng tatlong
maikling nobela:
SUMPA
RITWAL
PANATA*

LEVY BALGOS DE LA CRUZ

UNIVERSITY OF THE PHILIPPINES PRESS
1 9 9 8

Inilathala ng University of the Philippines Press

Tagapamahala sa Pamamatnugot at Produksyon
LAURA L. SAMSON

Disenyo ng Pabalat
FIDEL RILLO

Tipo at Disenyo ng Aklat
ANDRES RICARDO M. BRIONES

Tinipa ang Teksto sa *Book Man Old Style*

ISBN 971-542-213-6

Inilimbag sa Pilipinas ng UP Press Printery Division

Paghahandog

Kay Roma (ang inspirasyon sa likod ng *Panata*) at sa kababaihang Pilipino na bumubuo ng mahigit sa "kalahati ng langit" ng ating bayan; para sa kanilang pakikibaka sa pantay na karapatan at karampatang puwang nila sa lipunan.

Sa mga makabayang guro na siyang pinagmulan ng mga tauhan nina Emmanuel at Lorena Corpus sa *Ritwal*; para sa landas ng edukasyong masang tunay na makamasa, siyentipiko't mapagpalaya.

Sa mga magsasakang Pilipino—ang anatomiya ng kasakiman sa lupa sa *Sumpa* na siyang lumilikha ng panloob na kahinaan ng mga panginoong maylupa; para sa kanilang makatarungang pakikibakang agraryo na siyang tandisang papawi sa pagsasamantalang pyudal sa lipunang Pilipino.

Mga Nilalaman

Paunang Salita

Ang *mga ritwal, sumpa at panata* ang aming ikatlong aklat.

Ang una'y ang *Bukal ng Tubig at Apoy* (Mainstream/Linang, 1989), kalipunan ng maiikling kwento ng pambansa-demokratikong pakikibaka. Ang ikalawa'y ang *Isang Mahabang-mahabang Paglalakbay Pauwi* (Bukal, 1995), koleksyon pa rin ng maiikling kwentong progresibo sa kalamnan gayundin sa pamamaraan ng paglalahad.

Ang *mga ritwal, sumpa at panata* ay kalipunan ng tatlong maiikling nobela: ang *Sumpa*, ang *Ritwal*, at ang *Panata*.

Rx Death, Rufo Laluna, MD ang orihinal na pamagat ng *Sumpa*. Inilimbag ito ng Anvil Publishing, Inc. sa ilalim ng aking sagisag-panulat.

Kasiglahan nuon ng nobelang popular sa porma ng pocketbook; laluna ang romance genre na ala-Mills & Boon o istilong Harlequin. Patok na patok, 'ka nga, sa market, at maging ang komiks ay tinalo na rin. Ang nauna ngang pabliser ng mga ito ay naglilimbag na ng mula limang libong kopya pataas sa bawat bagong titulo, liban pa sa kung-ilang ulit nang reprint sa mga nauna na. Di-iilang pabliser ang nagsunuran at nagdagdag pa ng mga bagong genre—horror, crime, iba pa.

Naengganyo ang Anvil na pasukin ito. Nang may pagkakaiba. Iyon bang may pagka-alternatibo. Sa nilalaman at sa porma. Hindi sunod sa pormula. Para sa dalawang series nila sa larangang iyon: ang Rosas, para sa mga kwentong pag-ibig, at ang Pinoy Suspense.

Ang pagkakaibang ito ang nakahikayat sa akin para magsulat sa kanila. Hindi lang ako, may iba pa: sina Rosario Lucero, Joi Barrios, Roland Tolentino, Olan Santos, Wilfredo Virtusio, Crisostomo Papa, Suzette Doctolero, Dan

Hollanda, Nanette Matilac, atbp. Lalo't ang kinuha nilang editor ay si Lualhati Bautista, respetadong premyadong manunulat, na contributor din sa dalawang series.

Hindi ko makakalimutan ang ilang pagkakataon ng pakikipag-usap sa akin ng Anvil at ng marketing nito nuon. Sa kanilang panig ay nagpahayag sila ng agam-agam (hindi pa siguro sa panig ni Karina Bolasco na kumakatawan sa aspeto ng paglilimbag, kundi ang panig ng marketing) kaugnay ng saleability ng aking mga obra dahil sa kakaibang mga paksa: pakikibaka ng mga Igorot sa Cordillera, ang pag-aalsang Edsa at ang masaker ng mga magsasaka sa Mendiola na nagbigay-wakas sa peace talk sa pagitan ng pamahalaan at ng NDF, ang military bases ng US sa Pilipinas, anatomiya ng fraternity at hazing, atbp.; tauhan: NPA at impormer ng gubyerno, manggagamot na ang reseta'y kamatayan at arbularyong may sikretong mga ritwal sa loob ng kanyang silid-gamutan, iba pa); istilo: (kadalasa'y mala-dokumentaryo ang pamamaraan ko ng paglalahad sa buong kwento, at namamatay ang mga bida kung kinakailangang mamatay—lalo't nasa larangan naman ng digma, sa lenggwaheng walang pangingimi at tahas sa akto man ng pagtatalik o sa katawagan sa mga pribadong parte ng katawan.

Dahil sa pagiging bukas nuon sa akin ng mga responsableng tao ng Anvil, naging bukas din ako sa kanila. Walang pag-aatubiling ipinaliwanag ko ang aking pagtingin at pananaw sa hinaharap kaugnay ng dalawang seryeng popular nila.

Humigit-kumulang ay ganito iyon:

Lagi namang nakakatakot ang pangangahas sa mga bagong konsepto. Pero kailangang simulan nang ipakilala ang mga bagong nilalaman at pamamaraan bago mabalaho sa balon ng panis nang mga laman at mga kahon ng lumang mga pamamaraan. Ang tipo naman ng umiiral na mga paksa't istilo ay nalalapit na sa saturation point; siguradong mananawa't hahanap ng iba naman ang mga mambabasa. Karapat-dapat lang ang mga mambabasa na hainan ng mga bagong putahe ng panulat kahit sa larangan ng "nobelang popular."

Ang tutuo'y mas masaklaw ang sinasakop ng konsepto ng pag-ibig kaysa relasyon lang sa pagitan ng isang babae't lalaki. Para sa akin ito'y mula sa pag-ibig ng tao sa aso (o halaman) hanggang sa pag-ibig sa bayan. Kahit ang kwento kung bakit nalipat sa hayup o halaman ang pagtingin ng tao, ay isang interesanteng paksa ng pag-ibig; gayundin ang kwento tungkol sa tandisang pagkawala na ng pagmamahal sa pagitan ng mga tao!

Tungkol naman sa suspense genre, may higit pa bang kagilagilalas na abentura kaysa pagtuklas sa misteryo ng takbo ng utak ng tao? Hindi pa iyong paglutas sa usapin ng isang krimen kung hindi ang pagkilala sa demonyong nakakubabaw sa utak ng gumawa niyon. Ang kambal na usaping mahirap baklasin ay usapin ng trahedya hindi lang ng biktima kundi maging ng kriminal. Para sa akin ay wala nang hihigit pang makapigil-hiningang karanasan kaysa sa masugid na paglalakbay sa sikolohiya ng mga tauhan—anupamang genre ang kwento.

Wala namang naganap na maigting na pagtatalo sa aking engkwentrong pampanitikan kay Karina Bolasco at mga kasama niya sa Anvil.

Ang tutuo, ang *Sumpa* (o ang Rx Death, Rufo Laluna, MD) ay plano ng Anvil nuon na ilimbag sana sa ilalim ng kanilang Philippine Contemporary Fiction Series. Ako lang ang nagdalawang-isip.

Sabi ko'y masyadong makitid ang nobeleta sa punto ng usaping saklaw. Nilimitahan ng sampung-kabanatang siyang takdang haba para sa serye, nangailangang magpartikular ng pokus upang maging masinsin at makapangyarihan sa sarili nito. Sa kaso ng *Sumpa* ay sa panloob na batas lamang o internal na trahedya ng angkang Laluna. Ang labas ay parang anatomiya ng kasakiman sa lupa ng isang malupang angkan. Wala ang kondisyong panlipunang iniinugan ng buhay nilang nakasalig sa malawak na lupain.

Iniisip ko nuon na kung maisasanib ang kabalisahan ng mga magsasaka at pakikibaka nila para sa tunay na reporma sa lupa, magiging tunay na makapangyarihan ang *Sumpa*. Ang konsepto lang ng isang full-length novel ang makapagkakarga sa dalawang aspekto ng makapangyarihang tunggalian—ang angkan ng malaking panginoong maylupa, sa isang panig, at ang masang magsasakang mga kasama sa malawak nilang lupain, sa kabilang panig naman—sa konteksto ng piyudal na kalagayang umiiral sa kanayunan.

Hindi ko na napalawak pa ang *Sumpa*. Kadalasa'y sumpa naman sa manunulat ang limitasyon ng panahon at ang natural na proseso ng paglikha niya. Marami pa kasing paksang kasalukuyan na pinahihinog ko nuon sa aking isip at may ilan pang sinusulat dahil ayaw na akong patahimikin pa ng nagwawala nang mga tauhan at mga paksang buo na sa isip ko at *kailangan nang buhayin sa mga akdang para sa mga ito.*

Hindi nailabas ang *Sumpa* sa Philippine Contemporary Fiction ng Anvil. Inilabas ito sa Pinoy Suspense kung saan ko talaga namang isinumite ito. Wala akong panghihinayang sa pangyayaring ito.

Mga mambabasa, mas maraming mambabasa, ang talagang habol ko sa pagsusulat ng mga "nobelang popular." Ang isang pocketbook nito'y alam kong pinaghihiramanan ng marami (kahit sa isang sarisari store ay may mga hilera nito na ipinaparenta tulad ng komiks!)—tulad din ng Liwayway, na una kong pinagsulatan, o kaya'y ng komiks. Mabilis na naglilipat-lipat sa maraming mga kamay at halos gutay na bago bitawan sa isang tabi bilang pamarikit na lang sa kalan o pambalot kaya ng tuyo at tinapa sa palengke o tindahan.

Tutuo ito; kahit pa isipin ng iba na siguro bilang manunulat ay may pagka-"baduy" ang panulat ko, o hindi "literary," o "pang-Liwayway lang at hindi pang-Palanca."

Para sa akin, ang pagsakay ko at ng iba pang manunulat sa "nobelang popular" ay hindi lang usapin ng hanapbuhay kundi kongkretong pagsisikap din diretso sa mga mambabasa mismo—ang paghahain ng naiibang putahe ng panulat kaysa karaniwan nang nasa hapag ng mambabasang Pilipino—na maipalaganap ang wastong pagpapahalaga sa matitinong akda ng panitikan. Mangyayari lang ito kung merong mapamimilian ang mga mambabasa. At hindi sila tanga para hindi makapamili ng mas mahuhusay.

Ito ang dahilan marahil kung bakit naging tunay na malikhain para sa amin ang panahong iyon. Dalawampu't isang maiikling nobela ang nalikha namin nuon para sa Anvil lang. May ilan pa para sa Salesiana Publishers naman.

Pero walo lang ang nailimbag ng Anvil. Dahil matumal pa rin daw ang benta kumpara sa benta ng mga naunang pabliser sa larangang iyon. Matumal pa ang 2,500 na kopya na naipagbibili sa loob lang ng isang taon? May ilang titulo pang ang ganuon karami'y nauubos sa ilang buwan lang. Mas mabilis ito kaysa mga librong karaniwang inililimbag ng mga pamantansan na sabi nga ni Dr. Bienvenido Lumbera ay nangangailangan ng sampung taon para maipagbili ang isang libong kopya!

Pero usaping negosyo na ito. At hindi ko na linya. Nang ang Rosas, pagkaraan ng isang taon, ay palitan ng Anvil ng seryeng Romance Club, matapat na ipinaabot ko agad kay Karina Bolasco na hindi na ako kasali duon, hindi na maging ang mga akdang mula sa akin na iniambag ko lang para sa Rosas. Itinigil na rin ang paglilimbag ng mga bagong titulo para sa Pinoy Suspense.

Siguro'y ganuon iyon talaga: Ang negosyo'y para kumita nang malaki, at ang pagsusulat nama'y pangunahing para makatulong sa pagpapaunlad ng panitikan.

Hindi na nga kami nagsulat pa para sa Anvil. Ngayo'y akin nang muli ang tanging karapatan sa pag-aari sa mga akda kong binili nila nuon dahil isinasaad naman sa kontratang nagawa nuon sa pagitan ng Anvil at ng mga nagsisulat para sa Rosas at Pinoy Suspense na pagkalipas ng dalawang taong hindi mailimbag ang mga akda ay babalik sa mga awtor ang tanging karapatan sa pag-aari sa mga ito.

Sa gayo'y marami pang naiwan sa kaban namin ng mga obrang hindi pa nailalathala. Na naghihintay lang ng pagkakataon tulad ng oportunidad na naihain ng CWC at ng UP Press.

Ang *Sumpa* ay sinamahan ko ng dalawa ko pang maiikling nobela: ang *Ritwal* at ang *Panata* na nagawa rin sa malikhaing panahong iyon ng paglikha ng mga nobelang popular na *may pagkakaiba.*

Ang Rx Death ay pinalitan ko ng *Sumpa* para maging pulos Pilipino ang pamagat ng tatlong maiikling nobela sa kalipunan, gayunding madaling makaisip ng isang pangkalahatang pamagat ng koleksyon na sinasakop na ang lahat ng tatlong nobeletang nilalaman—tulad ng nakagawian na namin kapag naglalabas ng isang kalipunan ng mga akda.

Ang tema ng rape at incest at ang pangunahing tauhan sa *Panata*—si Nadia Samaniego—ay inspirado ng tunay na karanasan ng isang matalik na kaibigan na nakilala ko sa kilusang makabayan. Habang ang katauhan naman ng manggagamot ay hinango ko sa mga personahe (composite) ng kilusan ng kababaihan at pangmasang kilusan sa kalusugan.

Ang orihinal na titulo ng *Panata* ay *Ang Lalaking Walang Mukha.* Nang gawin ko itong teleplay para sa *Mama* drama anthology na idinidirihe ni Mario O'Hara, saka ko pa lang nadiskubreng lihis ang aking pamagat sa pokus ng akda.

Ang buong akda'y umiinog sa buhay ng pangunahing tauhang babae na isang rape victim (Nadia Samaniego), sa karanasan ng anak niyang si Mara, na biktima naman ng incest, sa suporta sa mag-ina ng babaing manggagamot sa akda (si Dra. Aleli Roldan) at sa pagsisikap ng FWWC (Filipino Women Welfare Center) na makapagbuo ng support network para sa mga babaing biktima ng karahasan, pangaabuso at pagsasamantala.

Putris, bida na nga ang mga babae'y sa lalaki pa rin nakaangkla ang titulo ng aking akda! Gusto kong sipain ang sarili ko nuon.

Ang pagpapalit ko ng pamagat sa *Panata* ay hindi pagtutuwid lang sa kahinaan ko sa pagpapamagat sa akda kong ito. Ito'y higit na pagpapataos pa sa sarili kong kamalayan ng pag-unawa sa marubdob na hangarin ng mga Pilipina na makamtan ang karapat-dapat na paggalang sa kanila at ang pantay na pakikitungo at pagkilala sa kanilang mga kakayahan.

Nagustuhan ni Mario O'Hara ang bersyong teleplay ng *Panata*. Nagustuhan din ito ng lahat ng mga artistang nagsiganap. Nagsulat pa ako ng ilang teleplay na hango mula sa maiikling nobela kong nakaimbak—na nagustuhan ding lahat ni Mario. Bilang patibay siguro ni Mario sa akin na tutuong nagugustuhan niya ang mga isinusulat ko, hiningan niya ako ng istorya na sa palagay ko raw ay magandang isapelikula. Ibinigay ko sa kanya ang *Ritwal*. Sinabi ko sa kanyang ililimbag iyon ng Anvil bilang pocketbook.

Nang mabasa ni Mario ang *Ritwal* ipinaabot niya sa akin na nagustuhan niya ito. Pero sana'y mailimbag na muna, sabi niya, para makarating na sa mambabasa; makakatulong daw iyon para sa dadag na lakas ng hila kapag naisapelikula. Sabi pa niya'y kailangan pa rin naman niyang maghintay ng isang pelikula niyang magiging tagumpay sa takilya para nasa posisyon siyang makipagtawaran sa isang prodyuser ng isang proyektong gusto niya talaga. Ibig bang sabihi'y nagustuhan talaga ni Mario O'Hara ang *Ritwal?* At talagang disidido siyang isapelikula iyon kapag nagkaruon siya ng pagkakataon?

Nakaka-suspense, di ba? At excited kaming talaga nuon.

Ano ba ang nilalaman ng *Ritwal* para magustuhan ng isang respetadong manunulat, direktor (hindi lang sa pelikula kundi maging sa tanghalan) at aktor na tulad ni Mario O'Hara?

Sa pinakabuod, ito'y tungkol sa sikretong mga ritwal ng isang arbularyo sa loob ng kanyang silid-gamutan. Kung ano ang mga iyo'y hindi ko sasabihin, mawawala kasi ang elemento ng suspense! Baka hindi na basahin kapag nailimbag. Baka hindi na panuorin kung maisapelikula na.

'Pero ang *Ritwal* ay hindi naituloy ilimbag ng Anvil (naipaliwanag na sa unahan ang dahilan). Ang *Mama* drama anthology sa telebisyon ay tumiklop din pagkaraan ng isang season. Hindi na kami nakapag-usap pang muli ni Mario O'Hara mula nuon.

Ngayon pa lang maililimbag ang *Ritwal*. Aywan ko kung natatandaan pa rin ito ni Mario. O kung natatandaan pa rin niya ang sagisag-panulat ko bilang scriptwriter ng ilang teleplay para sa *Mama* na idinirihe niya. Hindi niya ako kilala sa tunay kong pangalan.

Pero bakit nga ba sagisag-panulat ang ginamit ko nuon? Sa mahaba ring panahon ay nasanay kasi ako sa paggamit ng iba't ibang pangalan na kung may tatawag sa akin sa tunay kong pangalan ay hindi ko mapapansin man lang, kung hindi man kusang hindi ko na lang papansinin. Huwag kayong magkamali, wala po akong nagawang krimen. Subalit ibang istorya na iyon.

Ang pinag-uusapan nga pala natin ay ang aking ikatlong aklat, ang *mga ritwal, sumpa at panata.* Ihihingi ko agad ng paumanhin ang negatibong paglalarawang-tauhan ko sa ilang babae sa akda na tulad ng karaniwan sa ating lipunan ngayon—parang doormat, punching bag o sex object kaya (hal: Daling at Sabel, Soledad at Sofia), sa mga ritwal ng kapangyarihang lalaki ang sinasambang bathala. Ito'y pagpapatutuo lang sa tila sumpang miserableng kalagayan ng mga Pilipina sa lipunang Pilipino. Gayunpama'y nagkontrapuntal naman ako ng mga tauhang babae na matatatag, palaban at tao ng kanilang mga sarili (hal: Dra. Aleli Roldan, Lorena Corpus, at Cara Laluna-Vera) para magtaguyod sa panata ng pakikibaka para sa kanilang mga karapatan at tunay na paglaya.

Inihahandog kong muli ang ikatlong libro namin sa malawak na masang mambabasa at aking mga tagasubaybay. Inaasahan ko ang mga komentaryo mula sa inyo para sa pagpapaunlad pa ng kasunod na mga aklat na makapag-aambag sa pag-unlad ng Panitikang Pilipino kung kami'y mabibigyang muli ng pagkakataon.

LBdlC

Pasasalamat

Kina Karina Bolasco at Gwen Galvez ng Anvil Publishing, Inc., na unang nakakita ng merito ng mga akda sa kalipunang ito para sa paglilimbag.

Kay Dr. Gémino H. Abad, dating director ng UP Creative Writing Center, na nagpasigla sa pagsasaayos ko ng isang koleksyon ng mga obra—bilang halal na National Fellow for Fiction ng CWC, 1997–1998 (na ililimbag ng UP Press).

Kay Laura Samson ng UP Press na kumausap din sa akin para sa isang aklat na isasama sa 100 titulong ililimbag nila bilang pagdiriwang sa Sentenaryo.

Kay Fidel Rillo, para sa disenyo ng pabalat at sa introduksyon ng libro.

Kay Joey, para sa Word '97 sa encoding ng manuskrito.

Kay Olan Santos at sa Pintados, kasama rin si Louie Queano, na katuwang sa pagpi-print ng manuskrito para maisumite na sa CWC at sa UP Press kalakip ang libreng papel at disenteng cover, at may bonus pang paunang beer at pulutan bilang panimulang binyag sa aklat para maging mabenta paglabas.

Sa mga utol, para sa iba't-ibang porma ng suporta at lagi na'y pagbibigay-sigla sa anumang proyekto namin sa panulat.

Kay Ella, ang pinakamatalik kong kaibigan, at sa mga anak kong sina Lepoy, Daya, Gero at Yeyin, ang personal na bukal ng sigliwa ng aking pagsusulat.

At, sa sambayanan—ang kailan ma'y di-masasaid na balong ng materyal para sa literatura at lagi na'y katuwang sa pagsusulong ng tunay na makabuluhang Panitikang Pilipino.

Ang Kapangyarihan sa/ng mga Nobela ni Levy Balgos de la Cruz

Laging may hinihimay na kapangyarihan ang mga akda ni Levy Balgos de la Cruz. Mula sa kanyang mga makauring kuwento at dula tungkol sa pakikibaka hanggang sa kanyang maiikling nobela ng mga personal na relasyon, lagi niyang inilalantad ang mga kapangyarihang ito na tulad ng pagguhit ng linya sa lupa at paghahanay sa magkabilang bahagi ng mga nagsasalungatang ideya at tauhan. Hindi ito itim-at-puting dikotomiya ng awtor. Sa katunayan ay nagkakaroon ng mukha ang kapangyarihan sa mga akda ni De la Cruz kapag pinaglalaro niya sa hangganan ng guhit sa lupa ang kanyang mga tauhan. Kaya naman nagkakaroon ng sariling kadahilanan ang pag-aatubili ng mga paa sa gitna ng hangganan, sumusulak ang pananabik, kumakabog ang panganib, bago ang lahat ay mauwi sa siguradong pagpapasya.

Mula sa kanyang makauring tuntungan, ilang ulit nang naitampok ni De la Cruz sa kanyang mga akda ang tunggaliang nagaganap sa pagitan ng *malalaking* kapangyarihan. Malalaki sapagkat ang nagtutunggali'y mga puwersa ng lipunang nabuo sa kurso ng kasaysayan at pulitika. Laging malawak ang larangan na inihahandog ng pagpapaliwanag sa ganoong mga kapangyarihan, at makatutulong nang malaki para sa sinumang interesadong mambabasa na sangguniin ang mga kuwentong nakapaloob sa *Bukal ng Tubig at Apoy* ni De la Cruz upang ganap na magagap ang kanyang pambihirang pamamaraan ng pagbibigay pangalan sa ganoong mga kapangyarihan.

Sa largabista ng kanyang malalim na ideolohiya nakikita ang pagkilos ng ganoong mga kapangyarihan. Ngayon naman ay sa mikroskopyo ng katulad na paniniwala sinisipat ng awtor ang himaymay ng mga kapangyarihang ito.

Ang makikita sa tatlong maikling nobela sa koleksyong ito ay ang mga selda ng pagkabulok na tahimik na nagdadagdag ng kalamnan sa malaking kapangyarihan ngunit siya ring puwersang magpapabilis sa pagkawasak nito. Dito pa lamang ay kaagad nang mababanaag ang paradohang nais ipamalay ng awtor. Sa pamamagitan ng pagtutuon ng pansin sa intrinsikong kontradiksiyong nagaganap sa loob ng poder, naipaliliwanag ang mga salik na bumubuo-nagwawasak sa kapangyarihang ito. Sa proseso ay nabubusbos ang nakalalasong laman, nahihimay at nagkakaroon ng higit na malinaw na diagnosis.

Faith healing. Euthanasia. Incest. Inbreeding. Mga paksa itong nakapaloob sa tatlong nobela sa koleksiyong ito. Hindi si De la Cruz ang unang pumaksa sa mga ito. Sa katunayan ay nagiging paboritong tema ang mga ito sa mga popular na medium mula sa nobelang nabibili sa bangketa hanggang sa mga drama sa sine at telebisyon tulad ng *X-Files*. Napapanahon bagama't kontrobersyal, sensitibo, at itinuturing na taboo bilang tema ng maraming manunulat, unti-unting pumapasok sa kamalayan ng karaniwang mamamayan ang mga nabanggit na paksa dulot na rin ng pangangailangan ng ilang manunulat na sunggaban ang lalong umiiksing attention span ng mga mambabasa at manonood.

Hindi laging nagtatagumpay ang lahat. Madalas, sumasabog ang eksplosibong tema sa mukha ng mga awtor dulot na rin ng kawalang-ingat sa pagsasaliksik, pagmamadali o paghahangad na samantalahin ang pagkakataon para sa mga konsiderasyong komersyal.

Naiiba si De la Cruz. Mulat sa dialektikal na relasyon ng mga bagay at pangyayari, laging pinag-uugat ng awtor ang mga insidente sa kanyang mga kuwento sa higit na malalalim na relasyong umiiral sa lipunan. Nagaganap, halimbawa, ang isang sitwasyon at kaagad matutunton sa pamamagitan ng eksposisyon ang mga pangkalahatang salik na nagbunsod nito. Teknik itong naperpekto ni Dashiel Hammett sa kanyang mga detective story: pumapaslang ang mga tao dahil sa mga partikular na dahilan at hindi para magkaroon lamang ng bangkay sa kuwento.

Sa kamay ni De la Cruz, kaagad nasusudsod ang larangang pinag-uugatan ng kapangyarihan. Sa nobelang "Ritwal," dagling nabuksan ang tabing ng kamangmangan at nalantad ang mga kamay na humabi sa ganoong kalagayan. Naitataboy ang mga tao sa bingit ng mga sitwasyong hindi nila kusang tinutugpa, kaya't sa mga pagkakataong may nadudupilas, maging ang marurupok na baging ng huwad na pananampalataya, takot at pangamba ay sinusunggaban at nagiging kawing ng kaligtasan at pag-asa. Sumisilang ang kapangyarihan, balot ng eskarlatang lampin, at itinatanghal na panginoon sa kawan ng mga kaluluwang namihasang mangumunyon sa dilim. Sa ganitong pagkakataon, maging ang kagubatang kadluan ng buhay ay nagiging engkantado't nakakikilabot na larangan ng kamatayan. Walang liwanag sa daigdig na ito, sapagkat ang mga humahawak ng liwanag ay abalang nagtatalo sa mga merito't kapangyarihan ng kani-kanilang karimlan.

Sa "Ritwal," ang mga tauhang nangahas lumikha ng apoy ay nagtagumpay lamang tanglawan ang isang makitid na bahagi ng katotohanan. Nagliyab at natupok ang isang munting panginoon, ngunit ang abo nito'y hinipan ng higit na kapangyarihan at pumuwing sa mga saksi ng panimulang paglalaban. Para kay De la Cruz, simula lamang ang paggupo sa kamangmangan. Higit na dapat paghandaan ang pakikipagtuos sa kapangyarihang nagmamanman sa paligid ng kagubatan.

Paghahangad sa imortal na kapangyarihan ang nag-uugnay sa mga tauhan ng "Sumpa." Sa loob ng ilang henerasyon, nagpasalin-salin ang kapangyarihan sa pamamagitan ng iisang dugo. Pinalapot ng piyudal na hangarin ang dugong ito: hangarin ng pagpapalawig at pagpapalawak sa saklaw ng kapangyarihang ayaw ipahintulot na maibahagi sa iba.

Ngunit tulad sa "Ritwal," ang kapangyarihang tinataglay ng dugo ang naging lasong unti-unting kumakalat mula sa kalooban nito. Klinikal ang pagpapahayag ng awtor sa komplikadong kurso ng paglalahi sa loob ng angkan, sinusuhayan ng mga konsepto at kaalamang medikal upang ang proseso ay malayang dumaloy sa kamalayan ng bumabasa.

Ngunit pangkalahatang balangkas lamang ito. Sa pagitan ng balangkas na ito ay matatagpuan ang masalimuot na mapa ng kapangyarihang gumitaw mula sa relasyong piyudal, ipinamana, inangkin at itinuring na normal na bahagi ng pag-iral hanggang ang "sumpa" ay magkaroon ng sariling buhay at kapangyarihang siyang papaslang sa minulan nito.

Kusa bang pinapatay ng kapangyarihan ang sarili nito? Sa "Sumpa," malinaw na ang sagot ng awtor ay hindi. Madalas, maging ang siyensya, batas at moralidad ay nagbibigay daan sa pagpapalawig ng kapangyarihang ito. May pumipigil sa nagaganap na pagkabulok, nagtatakip sa alingasaw o naglalanggas sa katas ng etika. May sariling kapangyarihan ang pagkabaliw.

Naitayo ang institusyon ng kapangyarihan sa "Sumpa" mula sa pundasyon ng dugong itinangging mawalay sa kapangyarihan ng pagmamay-ari. Naitayo nang lihis sa kalikasan ang pundasyong ito kaya't likas din ang naging pagkawasak. Sa nobelang "Panata" naman, ang institusyong unti-unting itinayo mula sa mulat na pagkilala sa batas ng kasaysayan ay iginupo ng bulag na pagnanasang bawiin ang kahulugan ng binhing pinag-ugatan ng katulad na hininga. Kapangyarihan itong nakasinsil sa sinaunang ugat, noong panahong sinisinop pa lamang ng kalikasan ang mga batas na magbubukod sa hayop at tao.

Sa kaibuturan ng "Sumpa" at "Panata" ay ang di-masawatang pagdamba ng kapangyarihang ito. Anong kakatwang likido ang dumadaloy sa mga ugat na ito ng kapangyarihan na nagiging dahilan ng walang habas na paninibasib? May naluluray na murang kaluluwa sa "Panata" at ang naiiwang mga palatandaan ay tanging pangil ng kapangyarihan.

Sa "Ritwal," "Sumpa," at "Panata," gumigitaw ang kapangyarihan na parang uod mula sa nabubulok na laman. Karnal. Nakapaloob sa salitang ito ang binhi ng kapangyarihang tila damong sumusupling sa ilang, luntian, pangkaraniwan at hindi pinag-uukulan ng pansin, hanggang sa lumago, kumalat, sakupin ang bawat espasyo ng lupa at patayin ang iba pang halaman.

Hindi metapora ang mga seksuwal na pangyayaring bumibigkis sa tatlong nobela sa librong ito. Sa halip, ito'y mga literal na pagbibigay-kahulugan sa katotohanan ng pangingibabaw at pagsasamantala sa mga bata at kababaihan sa isang patriyarkal na kalakaran. Pagnanasa sa laman ng itinuturing na mahihina ang saligang manipestasyon ng pamamayagpag ng kapangyarihang ito.

Lakas na pisikal, lakas na emosyonal, lakas na nagmumula sa kabulaanan, lakas ng awtoridad, lakas ng kasarian. Nailantad lahat ni Levy Balgos de la Cruz ang mga ito bilang mapangwasak na kasangkapan sa pagpapanatili ng kapangyarihang ang saklaw at hangganan ay hindi natatapos sa bahay, opisina, baryo o komunidad, kundi nagsusumiksik sa bawat bitak at siwang ng pambansang pamumuhay hanggang maging nakalalasong saray sa gulugod ng lipunan.

At kapangyarihan din ang alam ni De la Cruz na magsisilbing kontra-indikasyon sa kalat nang kamandag ng kapangyarihang naglulundo sa kasarian. Kumikinang sa tatlong nobela sa librong ito ang talim ng kamulatang anumang sandali'y bubusbos sa dekadensyang umaalingasaw mula sa mga saradong silid ng isang karaniwang apartment, kuwartong

gamutan ng arbularyo o inaanay na mansyon.
Kapangyarihan din itong ngayon pa lamang ay binibigyan
na ng pangalan ni Levy Balgos de la Cruz.

Fidel Rillo
Diliman, Quezon City
24 Setyembre 1998

SUMPA

※

1
Buhok ng Kabaliwan

MAGHAPONG balisa si Dr. Rufo Laluna, kabalisahang pasingit-singit, sumasapaw, kahit abalang-abala siya sa maraming pasyente sa klinika.

Kanginang umaga, kadarating pa lang niya sa klinika ay tinanggap niya ang tawag sa telepono ng mag-asawang Edwin at Cara. Tumawag daw ang mga ito sa bahay pero nakaalis na siya. Tinyempuhan ng mag-asawang nakarating na siya sa klinika.

Excited pareho si Edwin at si Cara. Tantya niya'y nag-aagawan pa sa telepono sa pagkausap sa kanya.

May magandang balita raw sa kanya ang mag-asawa. Ang tutuo'y isang malaking sorpresa raw iyon. At dahil isa ngang sorpresa, hindi sasabihin ng mga ito sa kanya sa telepono. P'wede bang hintayin niya ang mga ito sa klinika pagkatapos ng kanyang clinic hours sa hapong iyon?

Ngayon nga'y hinihintay na ni Dr. Laluna ang mag-asawa. At parang inip na inip siya. Saklot siya ng maalinsangang kabalisahan kahit may aircon sa klinika.

Dumating sina Edwin at Cara na parang dalawang batang nagkakatuwaan. Nag-uunahan pa sa pagpasok sa kanyang pribadong silid sa klinika. Oo, nag-uunahan maging sa paglapit at paghalik sa kanya. Humihingal halos, parehong aliwalas ang mapulang mga mukha, nagtatawanan sa pagkakatuwa.

Nagpalipat-lipat ang tingin ni Dr. Laluna sa nakatawang mukha ng mag-asawa. Nanatiling nakatayo lamang sina Edwin at Cara sa kanyang harapan sa ibayo ng mesa.

"Now, c'mon..." pinanlisik ni Dr. Laluna ang mga mata sa mag-asawa. "Act your age, you two! What is it? I want an answer that's precise, concise and clear. Or you get the hell out of here!"

Nagkunwaring takot na nagsiksik si Cara kay Edwin at hinila sa harapan niya ang asawa. "H'wag kang magalit, Uncle Rufo. Sasabihin talaga namin, di ba, Edwin? Sige na, Ed, give it to Uncle Rufo, loud and clear!"

At nakangiting sinabi ni Edwin ang "magandang balita" at "malaking sorpresa." Parang pinutukan ng malakas na kulog si Dr. Rufo Laluna. Napamulagat siya sa mag-asawa. Tutuo ba ang narinig niya?

"Bakit, Uncle Rufo? Hindi ka ba natutuwa?" unti-unting nilambungan ng agam-agam ang mukha ni Cara, sa kabila ng ngiting nakasungaw pa rin sa sulok ng rosas na bibig.

"S-sigurado n'yo ba? O narito kayo... para siguraduhin pa lang?"

"Nag-undergo na 'ko ng lahat nang pregnancy test, Uncle Rufo. Test Pack, Gravin Test, pati na ang sinaunang frog test—positive lahat. Buntis na buntis nga ako, Uncle!"

"I guess that's loud and clear enough for me. Now, why don't you sit down and let's talk about it."

Habang nauupo sa mga silya sa harapan ng kanyang mesa ang mag-asawang Edwin at Cara, mabilis na tumayo si Dr. Rufo Laluna at nilapitan ang fridge sa isang sulok ng silid.

"May fresh fruit juice dito, Cara, sweetheart. Okey para sa ina at sa baby."

"I'd love it, Uncle Rufo!"

Idinulot ni Dr. Laluna kay Cara ang fruit juice sa isang mataas na basong kristal.

"At palagay ko'y iinom kami ni Edwin ng beer para sa initial celebration, right, Edwin?"

"Anything you say, Tito!"

Nagbalik sa mesa si Dr. Laluna na may hawak na dalawang beer sa lata, at iniabot ang isa kay Edwin. Nauupo'y binuksan niya ang kanyang beer at lumagok ng isang malaking lagok sabay yuko para itapon ang natungkab na takip ng butas sa lata.

"Ilang buwan na raw?"

Nasa ikatlong buwan, sabi ng ob-gyne na kinunsulta ng mag-asawa pagkaraan ng mga pregnancy test na dinaanan ni Cara. Siyam na linggo ang eksakto.

"Pinag-usapan n'yo ba ito?"

"Ang alin?"

"Ang tungkol sa pagbubuntis mo, Cara."

"Matagal na naming gusto, Tito Rufo! At ilang taon na kaming kasal ni Cara..."

"Alam kong gusto n'yo pareho, Edwin. Ang gusto kong malaman ay kung pinag-usapan n'yo ang pwedeng mga epekto sa bata..."

"Ayaw na naming pag-usapan ang tungkol do'n ngayon, Uncle Rufo!" mabilis na sagot ni Cara.

"Ibig sabihi'y pinag-usapan n'yo no'n..?"

"No'ng kakakasal pa lang namin, oo, Uncle Rufo," sagot ni Cara.

"At pinili naming h'wag nang pag-usapan ngayon, Tito Rufo!" nagkaruon ng diin sa tinig ni Edwin. "Ang pinag-usapan na lang namin ngayon at pinagkaisahan ay ang kagustuhan naming magkaanak!"

"Ang basta magkaanak lang, gano'n?"

Halos sabay na tumango kay Dr. Laluna ang mag-asawa.

"Basta magkaanak lang, kahit na anong klaseng anak?"

"Basta anak namin!" At padarag nang tumayo si Edwin sabay sa mariing pagbababa sa ibabaw ng mesa ng lata ng kanyang beer. "At hindi kami papayag na ma-spoil ng sinuman ang kaligayahan namin sa pagbubuntis ni Cara! I'm sorry, Tito Rufo... aalis na kami ni Cara," At mahigpit na hinawakan ni Edwin sa isang bisig si Cara at halos pahilang itinayo ito upang makaalis na sila.

"Barumbado ka pa rin, Edwin. Inaalam ko lang. Masama bang alamin ng inyong Uncle Rufo? Nasa katayuan naman ako upang magtanong ng lahat ng bagay na may kinalaman sa batang dinadala at ipanganganak ng aking pamangkin. Duktor si Uncle Rufo, nakalimutan n'yo ba? Maupo ka uli, Edwin."

Tila batang napipilan si Edwin. Nagkatinginan sila ni Cara. Isang kamay ni Cara ang humila naman sa isang braso ni Edwin upang muli itong maupo.

"Kung natutuwa kayo... madali para sa 'king makisaya sa inyo. Kung sa palagay n'yo, this calls for a celebration, okey sa 'kin. Malalaki na naman kayo at di na mga bata. Karapatan n'yo ang magpasya sa inyong buhay at pagpapamilya. Kalimutan n'yo ang mga tanong ko kangina—let's go out for dinner!"

Nagkatinginang muli ang mag-asawa.

"Hindi tayo mag-uusap ng anumang negatibo tungkol sa bata sa t'yan ni Cara... I promise!"

Napabaling kay Dr. Laluna sina Edwin at Cara.

"Kung pag-uusapan man natin ang tungkol sa bata... pag-usapan natin kung pa'no siya mapalulusog agad habang nasa t'yan pa lang ng kanyang ina. Duktor ako, at wala nang iba pang manggagamot na maaaring magsikap sa kanya liban sa 'king uncle ninyo at lolo ng inyong magiging anak! I didn't mean to spoil your happiness, believe me!"

Napangiti na kay Dr. Laluna ang mag-asawa.

"Let's go out for dinner, Uncle Rufo!"

"Yes!" at itinaas pa ni Dr. Laluna sa mag-asawa ang kanyang lata ng beer. "Let's celebrate for the coming of a child na matagal nang inaasam ng ating angkan!"

MASAYANG-MASAYANG umuwi ang mag-asawang Edwin at Cara pagkaraan ng kanilang hapunan sa French restaurant ng isang first-class hotel.

Samantala, matagal nang nakahiga si Dr. Rufo Laluna ay hindi pa rin siya dalawin ng antok. Sinubukan niyang magbasa pero ayaw pumasok sa ulo niya ang nilalaman ng hawak na medical journal.

Ano'ng gagawin niya? Hindi kailangang matuloy ang pagbubuntis ni Cara Laluna Vera! Kailangang malaglag ang bata, habang maaga'y kailangang malaglag ang bata!

Pero pa'no?

A, hindi; hindi maaaring isang araw na lang ay patirin niya si Cara sa paglalakad nito para masungaban at makunan. Hindi rin pwedeng sa minsang pagdalaw nito'y itulak na lang niya ito sa hagdanan para mahulog, na tiyak na ikalalaglag ng bata sa t'yan nito. Lalong hindi maaaring itali na lang niya si Cara sa isang higaan para isagawa—sa kabila ng magiging marahas na pagtutol nito—ang abortion.

Hindi naman siya isang kriminal. At lalong hindi siya isang pusakal na kriminal!

Siya'y isang duktor. Ang gusto niyang gawin ay may mga makatwirang rasong medikal.

At bilang isang manggagamot, magagawa niya ang kanyang gustong gawin sa isang paraang pino, malinis at natural. Ang kailangan lang ay maging malapit at mapagtiwala sa kanya ang mag-asawang Edwin at Cara— lalo na si Cara!

Hindi niya gagawin iyon para sa kanyang sarili. Wala siyang anumang pansariling motibo. Hindi rin niya gagawin iyon para kay Cara. O kahit para kay Edwin. Gagawin niya iyon para sa batang iyon mismo sa sinapupunan ng kanyang ina.

Kawawang bata. Na magiging lalong kawawa kapag nagkataong nabuhay at naisilang. Isang buhay iyong ang kakambal ay isang sumpa. Kailangang mamatay ito bago maging ganap na tao, bago pa magkaruon ng ganap na buhay at maisilang sa sangmaliwanag na puno ng kahihiyan!

Gagawin niya ang lahat ng kaalaman niya bilang isang duktor upang mapatay ang anak ng mga pamangking sina Cara at Edwin habang nasa t'yan pa lang!

Ang munting hibla ng buhay na iyon sa sinapupunan ni Cara ay karugtong na buhol ng kadena ng kabaliwan sa kanilang angkan. Bagong buhol na kung hindi mawawasak ay pagsisimulan ng isa na namang henerasyon ng kadena ng kabaliwang dapat nang wasakin at wakasan!

Ano nga ba iyon—ang madugong hakbang na namumuo sa isip ni Dr. Laluna? Iyon ba ay isang malagim na krimen o isang dakilang misyon?

Nang umangat ang mga paningin ni Dr. Laluna, hindi sinasadyang napatutok ang kanyang tingin sa dingding sa paanan ng kanyang kama. Mula sa dingding, nakamulagat sa kanya ang mga titik ng Hippocratic Oath na nagsasaad ng panata ng isang manggagamot sa isang malaking kwadrong plastic laminated. Isinasaad na tungkulin niya, bilang isang duktor, ang magdugtong ng buhay ng tao—anumang panahon at kalagayan. Ano't nag-iisip siya ngayon ng pagpaslang sa isang buhay?

Biglang nagpuyos sa galit si Dr. Laluna. At malakas na ibinalibag niya sa kwadro ang hawak na medical journal.

"Euthanasia!" malakas na sigaw niya.

Ang gagawin niya'y hindi isang krimen; ito'y sa ngalan ng mercy killing o pagpatay dahil sa habag.

2
Punong Binubukbok,
Bahay na Inaanay

ISANG umaga'y nagising na lang si Dr. Rufo Laluna na ang pakiramdam niya ay magalas. Ang kanyang mukha. Ang kanyang hubad na dibdib. Ang kanyang mga braso. Magalas at nangangati ang kanyang pakiramdam, at napabalikwas siya ng bangon.

Napadilat siya sa wari'y mga mugmog ng nadurog na biskwit na nalaglag sa kandungan niya sa bigla niyang pagbangon. Hindi, hindi iyon mga mugmog ng biskwit. Hindi rin alikabok o pinong buhangin. Napalingap-lingap siya sa kanyang palibot. Nakakalat sa ibabaw ng kama niya ang mga pinong mugmog. Mga bukbok, mga bukbok na kung saan galing!

Nakapikit ang isang mata, nagmamadali siyang lumapit sa kanyang mesa at ang mga kamay ay nag-apuhap sa mga kahon ng isang matulis, matigas na bagay. Isang disturnilyador ang nakuha niya; mabilis siyang lumapit sa isang haligi at paunday na isinaksak duon ang disturnilyador. Ang disturnilyador ay agad bumaon sa wari'y lumabong kalamnan ng haliging sinaksak niya.

Anay! sigaw ng kanyang isip na may kasanib na magkahalong panghihilakbot at panggigipuspos. Inaanay ang bahay!

Nagdudumali siyang lumabas ng silid. Tumatakbong bumaba sa parang susong hagdanan. Naramdaman niya sa hubad na mga talampakan ang gaspang ng nagkalat na mga bukbok.

Napatigil siya sa gitna ng mataas na hagdanan at pahiyaw na tinawag ang mga katulong sa bahay. Upeng!

Indo! Elong! Pati na ang matandang katiwalang si Mang Hilarion. Mang Hilarion! Mang Hilarion! Kumakahog na nagdatingan ang lahat sa puno ng hagdanan.

"Mga punyeta kayo! Ano ba'ng pinaggagagawa n'yo't ibabagsak na ng mga anay ang buong bahay ay hindi n'yo pa alam! Hindi n'yo ba nakikitang nagkalat ang bukbok sa buong bahay?"

"E, talaga naman hong lumang-luma na 'tong bahay, Duktor! Matagal na hong binubukbok at inaanay... nakukuha lang ho sa kalilinis!" sagot ng tagalinis na si Upeng, katabi ang tatangu-tangong asawang hardinero na si Indo.

"Mga gunggong kayo talaga, 'no? Ba't di n'yo sinasabi sa 'kin?"

"Akala ho nami'y matagal n'yo nang alam, Duktor Rufo!" sabi naman ng kusinerang si Elong.

"Tonta! Pa'no ko malalaman? Bakit, may lahok na bang anay at bukbok ang inihahain mo sa 'kin, Elong?"

"N-naku, wa... wala po! Wala po, Duktor Rufo!"

"Mang Hilarion, samahan n'yo nga ako sa library. Baka inubos na ng mga anay pati mga libro do'n. At ang mga litrato ng mga matatanda... 'lika na, Mang Hilarion. At h'wag kayong tumunganga lang d'yan!"

Amoy-luom ang malaking aklatan ng lumang bahay-kastila ng angkang Laluna. Nang buksan ni Mang Hilarion ang pinto niyon ay lumangitngit ang kinakalawang na bisagra. Parang ang binuksan ni Mang Hilarion ay isang lumang mausoleum o katakumba. Kasabay ng pagkalaglag ng mga agiw, bukbok at alikabok ay umalingasaw ang luom na amoy ng patay na hangin, ng tuyot na lupa, at ng patay na mga bagay.

Tinakpan ni Dr. Laluna ng isang palad ang ilong. Pumasok si Mang Hilarion sa loob ng aklatan at sumunod siya.

Ang sunud-sunod na hilera ng mga lumang aklat ay parang mga hilera ng maliliit na nitso. Natutuklap na ang mga takip. Sumasabog ang kayumanggi't naninilaw, nangungutim na mga pahina. Para ngang maliliit na nitsong sinibasib at sinungkal ng isang halimaw.

May mga aklat na nagkalat sa lapag, nakasabog ang tastas-tastas nang mga pahina. Mga pahinang sira-sira, gula-gulanit, gutay-gutay. Sinira ng mga daga at anay at iba pang mga insekto.

Napatingala si Dr. Laluna sa dingding sa itaas ng hanay ng mga aklat. Nakahilera—parang mga gwardya sa sementeryo ng mga wasak na mumunting nitso—ang mga larawan ng mga myembro ng angkang Laluna sa mga kwadrong maagiw at maalikabok at tabi-tabingi na sa pagkakasabit. Mga kwadrong ang mapuputlang larawan ay waring mapuputlang buhay na nakabitin sa halos bibigay nang mahunang dingding na kinakain ng mga bukbok at anay.

Sa sentro ng malapad na dingding ay naruon ang larawan ni Don Urbano Laluna. Mestisong Kastila-Pilipino. Manipis ang buhok sa tuktok pero makapal ang kilay, bigote, at balbas. Malalim at matalim ang mga mata. Matangos, mayabang ang tinghas ng ilong—nagbibigay ng anyong matapang at mayabang. Pero kung susurii'y pinahihina ang kabuuan ng mukhang iyon ng mahina, papasok na baba't panga at manipis, wari'y makatal na bibig na parang itinatago sa likod ng makapal na bigote.

Si Don Urbano Laluna—lolo ni Dr. Rufo Laluna.

Sa magkabilang tabi ni Don Urbano Laluna ay dalawang babae. Sa biglang tingin, parang mga larawan ang dalawang yaon ng iisang babae.

Ang nasa kanan ay larawan ni Doña Ambrosia Vera-Laluna. Alun-along itim na buhok na lumilikha ng pabilog na mga kurba sa bilugang mukha at nakapusod sa likod; nakabaon sa pusod ang isang paynetang ginto na may tanim na mga butil ng perlas sa gilid. Manipis ang nakaarkong mga kilay. Kulubong at malamlam ang mga mata kahit na nakangiti. Katamtaman ang tangos ng ilong. Puno ang mga labi, nagbibigay ng sensuwalidad sa sensitibong mukhang iyon.

Si Doña Ambrosia Vera-Laluna ang unang asawa ni Don Urbano Laluna. Unang lola ni Dr. Rufo Laluna.

Ang nasa kaliwa ay ang larawan ni Soledad Vera-Laluna, ang babaing kamukha ni Doña Ambrosia Vera-Laluna. Ano nga lang ba ang pagkakaiba sa dalawang mukhang yaon? Hawasan at maselan ang mukha ng ikalawang babae. Mas maputi—o maputla?—at lalong nagbibigay ng sensitibidad sa mukhang iyon. Pero iyon din ang buhok, mga mata, ilong at bibig.

Si Soledad Vera-Laluna ang ikalawang lola ni Dr. Rufo Laluna kay Don Urbano Laluna. Si Soledad ang ipinalit ni Don Urbano sa namatay na si Doña Ambrosia.

Sa pagkakatingala sa mga larawan ay nagtagis ang mga ngipin ni Dr. Laluna. Sa pagngangalit ng kanyang mga pilipisa'y namula ang kanyang mga mata; mga matang katulad ng lalim ng mga mata ni Don Urbano, gayunpama'y hindi singtalas ng mga iyon.

Inilipat ni Dr. Rufo Laluna ang tingin sa iba pang mga larawan sa dingding.

Sa larawan ni Caridad Laluna, panganay na anak nina Don Urbano at Doña Soledad. Nasa mukhang iyon ang larawan ng kaselanan ng ina. Kapalit ng puno't senswal na mga labi ng ina ay ang mahina't makatal na bibig ng ama. Sa lungkot ng mga mata ng ina'y pumalit ang isang tila gulilat at makirot na mga mata—waring mga mata ng isang nawawala at natatakot.

Sa larawan ni Esteban Laluna ay pinagsanib naman ang matatalas na mga katangian ni Don Urbano at Doña Soledad. Ang malago't kulot na buhok at matulis na baba ng ina, at ang malalim at matalas na mga mata, at makapal na bigote't balbas, ng ama. Si Esteban ay hindi lamang matapang at mayabang sa tingin—halos malupit ang dating nito sa tumitingin sa kanyang larawan.

Sa larawan ni Gonzalo Laluna, na kataliwas sa tapang, yabang at lupit ng aura ng kapatid na si Esteban. Nakangiti ang malamlam, masuyong mga mata nito. Matatag ang mga panga at matangos ang ilong pero hindi arogante ang dating. Matatag din ang manipis na bibig nito.

Si Gonzalo Laluna ang kanyang ama. Katabi nito ang kwadro ng aliwalas, masayahing mukha ni Mercedes Recaredo-Laluna, ang kanyang ina.

Sa pagkakatitig sa mga larawan ng kanyang mga magulang, nakaramdam ng panghahapdi ng mga mata si Dr. Rufo Laluna. Kung sa mukha't mukha lang, magkabagay ang kanyang ama't ina. Kumbinasyon ng tatag, suyo at saya.

"Ano'ng gagawin natin dito, Duktor Rufo?"

"Papapanhikin ko si Indo. Tingnan 'n'yo kung ano'ng maililigtas pa sa mga narito. Gano'n din ang gawin n'yo sa attic. Ikaw na ang bahala, Mang Hilarion. Alam n'yo kung ano'ng mahalaga sa 'kin. Tulad ng ipinasa n'yo sa 'king talaarawan na natagpuan n'yo sa isang kahon sa attic no'n. Pakiisa-isa n'yo ang mga libro, baka may naiipit sa mga 'yon na mahalaga." At mabilis nang lumabas ng aklatan si Dr. Laluna.

Nagmamadali rin siya sa pagpanaog, parang ibig takasan ang humahabol na luom na amoy ng patay na hangin, tuyot na lupa at patay na mga bagay sa aklatang iyon na ang mga libro'y tila mumunting nitsong sinibasib at sinungkal ng isang halimaw; isang aklatang parang sementeryo at binabantayan ng mapuputlang larawang halos ay mahuhulog na mula sa mga dingding.

ITINAMBAK lahat nina Mang Hilarion at Indo sa malaking bodega sa isang panig ng malawak na bakuran ang lahat ng laman ng aklatan at ng attic. Itinawag ni Dr. Laluna sa isang opisina sa termite control ang kaso ng kanilang bahay na iginugupo na halos ng mga bukbok at anay. Bukas darating ang mga tao ng naturang opisina upang i-assess ang tunay na lagay ng bahay. Itinawag niya sa mag-asawang Edwin at Cara ang kalagayan ng bahay.

"Ikaw lang naman, Tito Rufo, ang mahilig magtiyaga sa bahay na 'yan," sabi ni Edwin sa telepono. "High risk na 'yan sa buhay at kabuhayan. Pa'no kung biglang gumuho 'yan at matabunan ka pa? O kung ang kita mo sa panggagamot ay d'yan mo pa rin iniipon, baka kinain na rin ng mga bukbok at anay! May Laluna at Vera pa bang nabubuhay sa sinauna ngayon liban sa 'yo, Tito Rufo? Ikaw pa naman ang duktor!"

Inagaw ni Cara kay Edwin ang telepono. "Oo nga naman, Uncle Rufo! Pagiba mo na 'yan. At patayuan ng isang modernong bahay... isang mansion! Kayang-kaya mo naman, di ba, Uncle? Ang lakas-lakas ng practice mo. Anyway, kung sisikapin mo pa ring isalba 'yan sa pagbomba ng termite control team, dito ka muna sa 'min. Di ba sabi mo'y aalagaan mo'ng baby ko?"

Biglang sumikdo ang dibdib ni Dr. Laluna sa huling tinuran ni Cara.

"Saka matagal mo na ring hindi nadadalaw si Mama. Matutuwa siyang magkasama kayong muli! Ayaw mo bang maging masaya si Mama kahit konti?"

Si Sofia, ang kapatid niyang si Sofia!

"Ano, Uncle Rufo? Hindi ka na sumagot d'yan! Sinasalakay ka na rin ba ng mga anay?" at ang pagbibiro'y sinundan ng matataginting na tawa ni Cara.

"Depende sa magiging assessment ng opisina sa termite control bukas. Pero kahit na ano pa 'yon— bubombahin ng gamot o kailangan nang gibain—palagay ko'y kailangan ko nga ng isang evacuation center!"

Ipinaabot ng mag-asawang Cara at Edwin na laging bukas ang kanilang lugar sa kanya anumang oras.

NANG gabing iyon, sa loob ng dati'y maharlikang bahay ng angkang Laluna na ngayon ay halos iguho na ng katandaan at pagsalakay ng mga bukbok at anay, nilamay ni Dr. Laluna ang muling pagbasa sa naluluom na rin at inaamag na talaarawan ni Don Urbano. Isang bahagi ruon ang paulit-ulit niyang binasa hanggang ang bawat kataga ay halos manikit sa bawat himaymay ng kanyang utak.

Soledad! Ikaw ang buhay na alaala sa akin ni Ambrosia. Ikaw ay si Ambrosia na nabuhay na mag-uli!

Nanggaling ka sa sinapupunan ng aking si Ambrosia... kapilas ng kanyang laman at karugtong ng kanyang buhay. Nang siya'y mamatay sa iyong pagsilang, ang kaluluwa niya'y sumanib sa iyo. Ikaw nga si Ambrosia, Soledad, na nabuhay na mag-uli upang alisin ang kalungkutan ko sa kanyang pagyao at muli akong paligayahin sa kaligayahang walang kahulilip nang kami'y ikasal!

Soledad, sa iyo'y nabuhay ngang muli si Ambrosia. Hindi lamang kaluluwa niya ang sumanib sa iyo, narito ka rin sa laman at dugo ng aking si Ambrosia!

Patawarin mo ako, Soledad, patawarin mo ako, Ambrosia! Nang ika'y sanggol pa'y muntik na kitang ilibing sa hukay na pinagbaunan sa babaing pinakamamahal ko. Anong laking kasalanan sana ang nagawa ko! Sa kamusmusan mo'y ni ayaw kitang tingnan sa isiping ikaw ang pumatay sa aking si Ambrosia. Iyon pala'y pagsubok lamang ni Ambrosia sa aking pag-ibig sa kanya!

Isang araw, nagulat pa ako nang makita kong muli ang aking si Ambrosia sa iyo, Soledad. Ambrosia, Ambrosia! ang tawag ko sa iyo habang ika'y nasa hardin at namumupol ng bulaklak. Nang ikaw ay bumaling sa akin—ikaw nga si Ambrosia na nabuhay na mag-uli!

Nang yakapin kita, Soledad, napatibayan kong ikaw nga ay si Ambrosia sa ibang pangalan. Soledad... Ambrosia! At nabuhay na muli ang dugo sa aking mga ugat... ako ma'y nabuhay na mag-uli sa muling pagkabuhay ni Ambrosia sa iyo, Soledad... Soledad!

Ang mga kataga'y nakapanikit na nga sa bawat himaymay ng utak ni Dr. Laluna. May angking magkahalong lamig at init—parang apoy at yelo—na waring nagpapamaga sa utak niya at nagpapalaki sa kanyang ulo. Pati mukha niya'y naramdaman niyang nangangapal. Ang mga mata niya'y waring namamaga rin sa mga sisidlan at gustong lumuwa't tumapon kung saan!

Si Dr. Laluna ay malakas na umuungol na, parang hayup na marahas na hinahagupit ng isang di-nakikitang malupit na kamay. Dumaraing siya sa pag-ungol habang umaaringking sa ibabaw ng kanyang kama na tutop ng dalawang kamay ang ulo.

Sinikap niyang makababa ng kama at pasuray-suray na tinungo ang kanyang mesa. Inapuhap ng naninigas na mga kamay at daliri ang kanyang gamot.

Bago tuluyang mangisay si Dr. Rufo Laluna, nakuha niya ang botelya ng gamot sa isa sa mga kahon ng kanyang mesa. Mabilis niyang isinubo ang isang tableta.

Pabagsak siyang naupo sa malambot na sopa sa harap ng mesa at isinandig nang palungayngay ang kanyang ulo sa sandalan. Ang atake ng paaringking na pagkinig ng buong katawan niya sa ibabaw ng kama kangina at hanggang sa pasuray na paglakad niya papuntang mesa ay unti-unting naapula nang umepekto ang ininom niyang maliit, kulay-rosas na tableta.

3
Sa mga Kuko
ng Kawalangmalay

NATUKLASAN ni Dr. Rufo Laluna nang di-sinasadya ang ugat ng kanyang buhay: sa talaarawan ng kanyang Lolo Urbano. Nakuha ito ni Mang Hilarion sa attic minsang maglinis ito duon.

Si Don Urbano Laluna, pagkamatay ng kanyang asawang si Doña Ambrosia Vera-Laluna, ay halos igupo ng masidhing kalungkutan. Melancholia. O siguro'y higit pa rito.

Lubhang naging matindi para kay Don Urbano ang kamatayan ni Doña Ambrosia. Siguro'y nagdeliryo sa pangungulila hindi lamang ang kanyang puso kundi maging ang kanyang utak. Parang isang mataas na mataas na lagnat—matinding kombulsyon kumbaga sa bata—ang umapunta at sumira sa pokus ng kanyang utak.

Nabaliw si Don Urbano sa pagkamatay ni Doña Ambrosia. Kung hindi'y bakit niya maiisipang patayin ang kaisa-isa nilang anak na si Soledad? Kung siya'y matino, bakit niya inisip na si Soledad ay reinkarnasyon ng kanyang asawang si Ambrosia? At sinong amang may malusog na isip ang gagawing asawa ang sarili niyang anak?

Sa unang pagkabasa ni Dr. Laluna sa talaarawan ng kanyang Lolo Urbano, para siyang pinalo nang malakas sa kanyang ulo. Natulingag siya sa simula. Pagkuwa'y nanginig ang buong katawan. Panginginig na hindi niya makontrol. Lumao'y nangingisay na siya. Parang asong ulol na nangingisay at bumubula ang laway sa bibig at lumalaylay ang dila.

15

Kung hindi siya isang duktor, siguro'y mabilis niyang iisipin na sa tindi ng kabaliwan ng kanyang Lolo Urbano ay kagyat na sumalin sa kanya sa isang iglap na iyon. Na siya'y bigla nga ring naulol.

Pero siya nga'y isang manggagamot, at madali niyang napangatwiranan na sa sidhi ng dating ng katotohanan sa kanya, lumikha iyon ng pansamantalang epileptic spell— tipong bumigay nang kaunti ang kanyang nervous system.

Pwedeng atake iyon ng palsy, isang klase ng paralisis na may kasamang hindi makontrol na pangingisay; bunga iyon ng kahinaan ng central nervous system. Nasa genes, namamana, nasa lahi.

Pero magiging duktor ba siya kung mahina ang kanyang utak? At mahigpit niyang pinanghawakan ito.

Naulit ang ganuong atake sa kanya sa muli't muli niyang pagbasa sa mga tala ni Don Urbano nang gabing iyon. At naghanda na siya ng gamot upang pakalmahin ang sarili.

SI DON Urbano at si Soledad. Mag-ama. Magkadugo. Nasa unang antas ng relasyon sa dugo. At sila'y naging mag-asawa!

Mula pa sa pagsulpot ng pamilya bilang batayang yunit sa lipunan, buo na ang batas sa moralidad—ang tamang relasyon ng tao sa tao. Itinaguyod ito ng mga utos ng Simbahan at maging ng Batas.

Ang pag-angkin sa katawan ng taong karelasyon sa dugo ay ipinagbawal at itinuring na pagkain ng sariling laman. Imoral. Kamunduhang walang pangalawa. Maka-hayup.

Ibinabawal din ito ng medisina at sa lalong malinaw na mga dahilan. Una sa lahat, hindi ito makapag-aambag sa pagpapaunlad ng lahi ng tao.

Sa kaso nina Don Urbano at Soledad, lahat ng mga katangian ng kanilang dugo at lahi—positibo't negatibo— ay magkakasama't magkakasapin-sapin. At posibleng madoble o lumaki ang porsiyento ng pagsalin ng mga katangiang recessive o tago sa mga anak.

Ibig sabihin, ang mga katangiang negatibo na dati'y napangingibabawan ng mga positibong katangian ay may pagkakataon nang lumutang. At kapag ang mga dominanteng negatibong katangian ay pinagsanib ng dalawang taong malapit na malapit ang relasyon—sa mga anak nila'y markadong lilitaw ang mga negatibong katangiang ito. At mas mabagsik!

Wala sanang gaanong problema kung ang mga katangian ng tao ay naisasalin lang sa panlabas niyang kaanyuan—tulad ng kulay ng balat, klase ng buhok, hitsura ng mata, ilong o bibig. Pero sa genes ng tao, naruon din ang lakas at hina ng buong katawan—mula sa istruktura ng mga buto, katangian ng iba't ibang organo sa loob, hanggang sa katangian ng nervous system: ang utak.

Alam ito ni Dr. Laluna. At tiyak niyang sa ugat ng Lalunang mula kay Don Urbano ay may binhi ng kamandag ng kabaliwan!

A, kailangang masugpo ang paglago ng kamandag na siyang maglalalagay sa angkang Laluna sa malaking kahihiyan kung di man kikitil sa buong lahi nito!

SI CARIDAD Laluna. Ang kanyang Tita Caring. Maliit pa siya'y itinatanong na niya sa sarili kung takot sa araw si Tita Caring.

Sa paglaki niya, napalitan ang tanong: si Tita Caring ba ay takot sa tao? Hindi kasi lumalabas ng bahay si Tita Caring. Ang tutuo, halos nagkukulong ito sa loob ng sariling kwarto sa malaking bahay.

Ni hindi ito sumasama sa pagsisimba. Araw-araw, bago mag-almusal, ay nagdarasal naman daw siya sa malaking altar sa salas. At may altar din sa kanyang silid na pinagdarasalan naman daw niya tuwing orasyon.

Madalas ngang nagkukulong lang sa kwarto si Tita Caring. Wala na yatang ginawa kundi ang magburda at maggantsilyo. Halos lahat ng mga damit at panyolito nila ni Sofia ay naburdahan na ni Tita Caring. Sa panahon ng tag-ulan at Kapaskuhan, iginagawa sila ni Tita Caring ng ginantsilyong pangginaw, bonete, alampay sa balikat, at pambalot sa leeg upang hindi sila ginawin.

Kailan lang ba lumalabas ng kwarto si Tita Caring? Sa oras ng pagkain. At pagkaraan ng hapunan bago matulog sa gabi—para tugtugan silang dalawa ni Sofia ng piyano.

Mahusay tumugtog ng piyano si Tita Caring. Pagtugtog ng piyano, pagbuburda at paggagantsilyo lamang ang pinag-aralan niya. At pinag-aralan niya ang mga ito sa loob ng bahay—pinupuntahan siya ng pribadong tutor—dahil ayaw nga niyang lumabas ng bahay.

Ang tugtog sa piyano ni Tita Caring ay malulumanay, halos malulungkot na tugtugin. Katulad ng malamlam, parang malungkot na mukha nito. Makikinig sila ni Sofia ng mga tugtog sa piyano ni Tita Caring at, habang nakikinig, panunuorin nila ang mukha nito. At sila'y madali nang aantukin.

Hindi ba lumalabas ng bahay si Tita Caring? Lumalabas din siya ng bahay pero hanggang hardin lang—tuwing hapong kulimlim na ang araw at malapit nang mag-orasyon. Namimitas siya ng mga bulaklak para sa malaking altar sa salas at sa munting altar sa kanyang silid.

Halos hindi na nga siya nasisikatan ng araw. Tingin nila ni Sofia ay lalo siyang pumuputi. Parang kaluluwa o multo—lalo na sa mga isinusuot niyang mahahabang damit na puti o mapupusyaw ang kulay. Lalo pa kung suot niya ay mahabang puting pantulog.

Ganuon ang buhay ni Tita Caring sa araw-araw. Pagkukulong sa kwarto. Pagbuburda't paggagantsilyo. Pagdarasal. Pagkain. Pamimitas ng bulaklak. Pagtugtog ng piyano.

Kung hindi man baliw si Tita Caring, malinaw na hindi normal ang takbo ng buhay niya. Kung pipiringan mo siya at ilalabas ng bahay at dadalhin sa malayu-layo, baka hindi na niya matutuhan ang daan pabalik.

Hindi normal na magpakatanda na lang sa ganuong takbo ng buhay. Wala tuloy nakakilalang binata kay Tita Caring. Hindi naligawan. Tumanda na lang nang ganuon. Parang naging isang karaniwang bagay na lang na makikita sa loob ng malaking bahay. Sino ba ang gustong mabuhay ng ganuong klaseng buhay? Kung meron man, si Tita Caring lang iyon.

NANG mabasa ni Dr. Rufo Laluna ang talaarawan ng kanyang lolong si Don Urbano, saka lang niya nabigyan ng ibang kahulugan ang abnormalidad ng buhay ni Tita

Caring. Iyon ay itinuring niyang isa pa rin sinyal ng kabaliwan. Kaya nga lang ay latent—tulog, tago.

Habang tumatanda, lalong naging bihira ang paglabas ni Tita Caring sa kwarto. Madalas ay hindi na ito lumalabas ng silid sa oras ng pagkain. Hanggang sa pakiwari ni Dr. Laluna ay parang naglaho na lang ito at sukat, o gustong maglaho na lang na parang bula sa daigdig.

Isang umaga'y nagulat na lamang si Dr. Laluna sa pagkakagulo ng mga kasambahay. Si Tita Caring. Lumabas nang hubo't hubad mula sa kwarto. Nagtatakbo. Nagsasayaw sa loob ng malaking bahay. Nang sabihan ng nagulat na mga kasambahay, nagtatawang parang bata at nagtatakbo sa hardin. Sa hardin ay nagsasayaw. Namitas ng mga bulaklak na pinagsusuksok sa maputi na ring nakalugay na buhok. Sa gitna ng liwanag ng pang-umagang araw!

Bigla'y hindi na takot sa araw si Tita Caring. Hayun at nasa gitna ng hardin at iindak-indak sa pagsasayaw at humuhuni pa ng isang himig. Ikinukunday-kunday pa ang mga kamay na may hawak na mga bulaklak. Ikinikiling-kiling ang nakatawang mukha sa ulong namumutiktik sa mga bulaklak.

Lahat sila ay sumugod sa hardin.

Hindi na rin takot sa mga tao si Tita Caring. Hindi na takot kung sino man ang makakakita sa kanyang kahubaran—mga kasambahay man o mga tagalabas na nagdaraan. Tuwang-tuwa, humahagikgik na parang bata, na nakipaghabulan ito sa kanila. Paikut-ikot sa mga halaman. Patagu-tago sa likod ng mga puno.

Nanggagalaiti sa malaking galit si Tito Esteban. Punyeta ka, Caridad, punyeta kang talaga! Na sa hitsura'y para bang kung ito ang makakahuli kay Tita Caring ay malamang na pilipitin nito ang leeg ng kapatid sa matinding galit.

Si Mang Hilarion—anak ng dating katiwala—at ang hardinerong si Indo ang nakahuli kay Tita Caring. Bigla'y sinugod ito ni Tito Esteban at binigyan ng mag-asawang sampal.

"B-ba... bakit ka g-ga... galit? L-la.., lalaro lang naman ang... beybi, e!" at biglang bumunghalit ng iyak si Tita Caring. Nagpapadyak. Gustong maglupasay sa damuhan.

Sa malayo at sa liwanag ng araw, si Tita Caring sa kaputian nito ay tila banyagang diyosa sa kanyang kahubaran. Hindi sa malapitan. Kulubot na ang balat nito. Matandang-matanda na. Nakakatawang-nakakaiyak ang hitsura nito.

Napahagulgol si Sofia, at tumatakbong nagpauna nang pumasok sa malaking bahay.

"Ipanhik n'yo ang lukaret na 'yan sa kwarto n'ya," utos ni Tito Esteban kina Mang Hilarion at Indo. "H'wag n'yong payagang makalabas muli ng kanyang silid! Itali n'yo sa kama kung kailangan. Susian ang pinto ng kwarto n'ya!"

Pagkuwa'y siya naman ang hinarap ni Tito Esteban.

"Ano'ng palagay mo, Rufo? Nagkaluku-luko na ba'ng mga turnilyo sa ulo ni Tita Caring, ha? Punyetang kung kelan pa tumanda'y saka pa nagwawala ang gaga!"

"'Yun ang dahilan, Tito Esteban. Palagay ko'y nag-uulyanin na si Tita Caring."

Utang na loob, Tito Esteban, sinabi niya sa kanyang isip. H'wag mo 'kong hilahing pumunta sa punto de vistang 'yan!

"Ikaw ang duktor sa pamilya, Rufo. Alam mo siguro kung ano'ng dapat mong gawin sa Tita Caridad mo."

Napamulagat siya sa matalim na mukha ni Tito Esteban. Si Tito Esteban ay mabilis nang tumalikod. Nagtiim ang mga bagang ni Dr. Rufo Laluna.

NAGISING siya sa malakas na panaghoy ni Tita Caring mula sa silid nito. Mabilis siyang nagbangon. Sa orasan, ilang minuto bago maghatinggabi.

Mabilis niyang tinungo ang kabinet ng mga gamot. Nang makuha ang kanyang mga kailangan ay maingat pero mabilis niyang tinungo ang silid ni Tita Caring.

Inabutan niyang nagpapalahaw sa pag-iyak si Tita Caring. Nagpipilit makawala sa pagkakatali ng dalawang kamay nito sa mga poste ng kama.

"A-alis mo'ng tali ko! H-hindi ako m-makatulog... alis mo'ng tali ko!"

"Matutulog ka, Tita Caring. Matutulog ka nang mahimbing na mahimbing..."

Mabilis niyang inihanda ang heringgilya at gamot. Yumuko siya kay Tita Caring at itinurok ang karayom ng heringgilya sa maputi't tayantang na bisig nito.

Nakahiga na siyang muli sa kanyang silid, parang nauulinigan pa rin ni Dr. Laluna ang malumanay, halos malungkot, na tugtugin sa piyano ni Tita Caring. Musikang sinlambot at sinlungkot ng mukha nito. Nakinig siya sa musika ni Tita Caring at minasdan ang mukha nito ng mata ng kanyang isip hanggang siya ay antukin at muling makatulog.

4
Isang Kasaysayan
ng Kasakiman

SAPUL nang matuklasan ni Dr. Rufo Laluna ang lihim ng kanyang pinagmulan, madalas na naitatanong niya sa sarili kung siya nga lamang ang nakaaalam ng istorya ng kanilang pamilya.

Malakas ang hinala niya na iyon ay hindi na lihim sa maraming myembro ng kanilang pamilya. Siguro, maging sa pamilya Vera na pinagmulan naman ni Doña Ambrosia Vera, ang unang asawa ni Don Urbano Laluna bago nito ginawang asawa ang kaisa-isang anak na si Soledad.

Matindi rin ang kanyang kutob na alam ni Esteban Laluna na ang ina nito'y ang anak mismo ng amang si Don Urbano. Bakit ba agad iisipin ni Tito Esteban na nababaliw ang panganay na kapatid na si Caridad kung hindi niya alam na may pagmamanahan ito ng kabaliwan—si Don Urbano, ang kanilang ama.

Siguro'y alam din ito ni Gonzalo Laluna, ang bunsong kapatid nina Caridad at Esteban at ama nila ni Sofia. A, malamang ay alam na nga rin ito ng kanyang ama. At natanggap na isang bagay na karaniwan na lang. Kaya nga ang pinakasalan nito'y hindi rin naiiba sa dugong Laluna—si Mercedes Recaredo Laluna, anak ni Don Nicasio Laluna na kapatid ni Don Urbano.

Ang pag-asawahang Gonzalo Laluna at Mercedes Recaredo Laluna ay pagsasanib din ng dugong Laluna't Laluna. Nasa ikatlong antas ito ng relasyon sa dugo, habang ang relasyong Don Urbano-Soledad nama'y nasa unang antas na siyang pinakamatindi.

Ano pa nga ba ang aalalahanin ni Gonzalo Laluna, ang kanyang ama?

Malinaw kay Dr. Laluna ang kasaysayan ng ganuong klase ng relasyon mula kay Don Urbano hanggang sa kanilang henerasyon. Ang hindi niya maubos-maisip ay kung gaano kagrabe ito sa mga henerasyong una pa kay Don Urbano!

Sinikap niyang unawain at pangatwiranan ang ganuong karanasan sa pagbubuo ng relasyong pisikal sa konteksto ng kanya-kanyang panahon at kaakibat na antas ng kaunlaran.

Sino ba ang nakaaalam sa batas ng dugo at mga katangian nito—ang genetics na sangay ng syensiya na tungkol sa pagsasalin ng mga katangian ng mga hayup at ng mga halaman sa kanilang mga supling, tulad ng laki, kulay, at marami pang iba—sa panahon ni Don Urbano at mga panahong nauna pa rito?

Pero kawalang-muwang nga lang ba ang dahilan? Nagdududa siya. At may batayan ang kanyang masidhing pag-aalinlangan.

May iba pang dahilan. Mas importanteng dahilan ayon sa nababasa niya sa pagitan ng kasaysayan ng angkang Laluna. Kabuhayan.

Ayaw ng mga Lalunang mahati-hati ang pinagmumulan ng kanilang kabuhayan. Lalo na ang malalawak na lupaing pag-aari ng angkan. Ang pag-aasawa'y hindi dapat mangahulugan ng pagkakawatak-watak ng kabuhayan ng mga Laluna na naipundar, sa anumang paraan, ng kanilang mga ninuno. Ang pag-aasawa'y mas dapat mangahulugan ng pagdaragdag, hindi ng kabawasan.

Kung Laluna sa Laluna ang pagbubuo ng mga relasyon, mananatiling konsentrado ang kabuhayan sa lupa ng mga Laluna. Kung magsisipag-asawa nang labas sa Laluna, kailangang mangahulugan ito ng pagdaragdag o ibayo pang paglaki ng lupain ng mga Laluna. Kaya ang Laluna ay nagsanga lamang sa iba pang malupaing mga angkan: Ricarte, Vera, Recaredo.

Sa iilang malupaing mga angkang ito uminog ang pagbubuo ng mga relasyon at sari-sariling pamilya. Ricarte-Laluna, Laluna-Vera, Laluna-Recaredo, Laluna-Laluna.

A, iyon ay isang maliwanag na kasaysayan ng masidhing karamutan at walang pangalawang kasakiman. Parang isang orgy sa walang takdang pagbubundat sa hapag ng kasaganaan na siyang kama na rin ng kamunduhan na walang kinikilalang batas o moralidad!

HAPAG ng kasaganaan para sa pagbubundat.

Si Esteban Laluna. Ang Tito Esteban nila ni Sofia. Nakakagulat ang kasibaan nito sa pagkain. Sa harap ng mesa, madalas na napapatigil sila ni Sofia sa pagkain sa panggigilalas sa katakawan ni Tito Esteban.

Lapang-lapang kung kumain si Tito Esteban ng karne, kahit anong klaseng karne. Tasun-tason kung umubos ng sopas. Gasuntok kung sumubo ng kanin. Ayaw nitong mangubyertos sa pagkain dahil hindi ito nasisiyahan sa sukat ng pagkaing kaya lang kunin ng kutsara't tinidor.

Nagkakamay si Tito Esteban sa pagkain at halos humulas ang dalawang kamay sa mantika ng mga ulam. Mga kamay na namumutiktik din sa mga mumo ng kanin. Ang bibig nito pati bigote't balbas ay nangingintab sa mantika, lamira sa sabaw, at ito'y sinasampiran ng maraming mumo.

Malakas ngumasab si Tito Esteban sa paglapang ng karne. Pati mga buto ay nangangalot ng malalaki't matitibay na ngipin nito. Matunog kung humigop ito ng sabaw.

Si Tito Esteban kung kumain ay parang baboy sa labangan. Pandalas ng ngasab. Halos ay humihingal. Malakas ang tunog maging ng paghinga.

Pinapawisan hanggang anit si Tito Esteban sa salabusab na pagkain. At hindi nakapagtatakang lumalaki't pumipintog ito na katulad nga ng patabaing baboy na sagana sa pagkain at alaga.

Madalas, kapag napansin ni Tito Esteban na pinanunuod nila ni Sofia ito sa pagkain ay malakas silang sinisinghalan nito. At nakakatakot ang matalas na mga mata ni Tito Esteban sa ilalim ng malagong kilay. Gayundin ang malalaking ngipin nito sa gitna ng malagong bigote at balbas. Parang pati sila ni Sofia ay kayang-kayang kainin ni Tito Esteban nuong sila'y maliliit pa.

Sa malaking takot ay sumasama ang pakiramdam nilang magkapatid. Nagrerebolusyon ang kanilang mga tiyan. Sa pagkasuron sa pagkain sa nakikitang kasibaan ng tiyuhin at sa takot na baka pati sila—sa kanilang kaliitan—ay bigla na lang pangalin ni Tito Esteban sa pagitan ng malalaki nitong ngipin. Minsan nga'y hindi na niya napigil at siya'y nasuka sa mismong mesa.

AT KAMA ng kamunduhang walang kinikilalang batas o moralidad.

Nalabasan niya si Sofia na nagsusuka sa lababo sa kusina. Nagsususuka na wala namang maisuka.

"Sofia?"

Maputlang-maputla ang mukha ni Sofia nang bumaling sa kanyang tutop ng isang palad ang bibig.

"May... may sakit ka ba, Sofia?"

Paulit-ulit na umiling si Sofia. Sa tingin niya'y lalong nanghawas ang mukha nito. Ang malulungkot na mata nito ay may kirot, may luha. Gusto niyang masuyong sapuhin sa mga palad ang maputla't hawasang mukha ni Sofia pero ito'y mabilis nang tumalikod, tumakbo sa silid.

Humabol siya. Sa salas ay hinarang siya ng mala-higanteng bulto ng katawan ni Tito Esteban.

"Ano ba'ng pinaggagagawa mo kay Sofia, Rufo?" usig ng tiyuhin sa kanya. "Nasalubong kong umiiyak sa pagtakbo sa kwarto n'ya si Sofia."

"Yun nga ho ang gusto kong alamin sa kanya, Tito Esteban. Inabutan ko s'yang nagsusuka sa kusina. Tinatanong ko kung bakit. Bigla na lang s'yang tumakbo palayo sa 'kin!"

"Hindi pa ba malinaw sa 'yo 'yun? Ayaw n'yang pakialaman mo s'ya, Rufo. H'wag mo s'yang pakialaman!"

"Nag-aalala po akong baka siya'y me sakit. Gusto ko lang tulungan ang kapatid ko."

"Maliwanag na ayaw n'yang patulong sa 'yo, Rufo. Pabayaan mo s'yang mag-isa."

Natitilihang napatitig siya kay Tito Esteban.

"Ano'ng tinitingin-tingin mo d'yan? Hindi ba maliwanag sa 'yo ang sinabi ko? H'wag mong pakialaman si Sofia! Masasaktan ka sa 'kin kapag pinakialaman mo s'ya!"

May lamig na namuo sa kaibuturan niya. Hindi niya natagalang salubungin ang matalim na mga mata ng tiyuhin.

Hindi nagtagal, nagimbal siya sa natuklasang tunay na dahilan ng pagsusuka ni Sofia nang umagang iyon. Buntis si Sofia! Narinig niya ito kay Elong na kusinera. Sinabi naman ito kay Elong ni Tita Caring. Ibinilin ni Tita Caring kay Elong na ipagluto si Sofia ng mga pagkaing gusto nito.

Nayanig si Rufo. Pagkaran ng kanyang pagkayanig, bigla siyang kumilos. Tumakbo. Tuluy-tuloy siya sa kwarto ni Tito Esteban. Hindi niya ito inabutan sa silid. Nagtatakbo siyang bumaba at tinungo ang malawak na bakuran. Tuluy-tuloy siya sa kwadra ng mga kabayo na paboritong palipasan ng oras ni Tito Esteban. Mahilig sa mga kabayo si Tito Esteban.

Sa kwadra ng paboritong kabayo ni Tito Esteban, inabutan niyang hinihimas-himas ng tiyuhin ang tagiliran ng kabayong ginagamit nito sa pamamasyal sa Hacienda Laluna.

Sinugod niya si Tito Esteban. Nakakuyom ang maliliit pa lang niyang mga kamao.

"O, Rufo..?"

"Buntis si Sofia, Tito Esteban! Buntis si Sofia!" At hindi niya alam ay ibinabayo na niya sa malaki't maumbok na dibdib ni Tito Esteban ang kanyang mga kamao.

Marahas siyang tinabig ni Tito Esteban. Bumagsak siya sa mga dayami.

"Ano'ng sinasabi mo, Rufo? Tama ba'ng narinig ko? Buntis ba 'ka mo si Sofia?"

Sa pagkakasalagmak sa mga dayami ay tumango siya kay Tito Esteban habang titig na titig sa mukha nito.

Ngumisi si Tito Esteban. Ngising nauwi sa malakas na tawa. "Sinasabi ko na nga ba! Sinasabi ko na nga ba!"

"A-ano'ng ibig mong s-sabihin, Tito Esteban?"

"Na malandi ang kapatid mo. Na isang araw ay magbubunga ang kanyang kalandian. At 'yan nga ang nangyari!"

"Hindi malandi si Sofia!" halos ay sigaw niya habang mabilis na bumabangon.

"At ano'ng ibig sabihin ng kalagayan n'ya ngayon? Kabata-bata'y buntis na ang 'yong kapatid, Rufo!"

"May gumalaw sa kanya at hindi n'ya gusto, alam kong gano'n ang nangyari!"

"At sino'ng gumalaw sa kanya? Tinanong mo ba kay Sofia? Sinabi ba n'ya sa 'yo?"

Nagpupuyos ang loob na isinigaw niya sa mukha ng kanyang Tito Esteban: "Itatanong ko sa kanya, at sasabihin n'ya sa 'kin!"

"Sige, itanong mo sa kanya. Sabihin mo sa 'kin 'pag sinabi n'ya sa 'yo."

Mabilis na siyang tumalikod. Pero pinigilan siya ng tinig ni Tito Esteban. "Rufo, ba't ba gano'n na lang ang pag-aalala mo kay Sofia? Si Sofia ay isang babae. At nilikha ng Diyos ang babae para magbuntis at mag-anak... gano'n lang talaga ang papel ng babae sa mundo."

Pinigilan niya ang sariling bweltahan si Tito Esteban at mariing kayudin ng kanyang mga kuko ang nakangising mukha nito. A, kung magagawa lamang niyang dukutin ang malalalim, matatalim, at malulupit na mga mata nito!

"Sino'ng may kagagawan sa 'yo nito, Sofia? S-sabihin mo sa 'kin... h-h'wag kang matakot, sabihin mo sa 'kin!"

Nakayukong umiling-iling lang si Sofia habang tahimik na lumuluha ito.

Mahigpit na mahigpit na niyakap ni Rufo ang kapatid at umiyak siya nang tulad ng pag-iyak niya sa kamatayan ng kanilang mga magulang nuong sila'y mga bata pa.

"S-Sofia... Sofia!"

5
Inaamag, Inutil na Utak

HINDI ipinagtapat ni Sofia kaninuman kung sino ang lalaking nakabuntis sa kanya. Tahimik na pinagdusahan ni Rufo ang pagdadalantao niya na ang binabaybay ay ang pagkapugay ng dangal nito—alaala ng walang-pusong lalaking walang mukha't pangalan.

Kung parusa kay Sofia ang buong panahon ng kanyang pagbubuntis, isang malupit na tortyur naman ang mahabang paghihirap niya bago maisilang ang sanggol. Halos beinte-kwatro oras ang kanyang pagle-labor. Hindi siya maiwanan ng hilot na magpapaanak at ni Tita Caring na nakaagapay sa kanya.

Nasa salas si Rufo at si Tito Esteban. Sa tuwing magpapalahaw sa labor pains si Sofia, napapatayo si Rufo mula sa pagkakaupo at napapatingala sa hagdanan. Si Tito Esteban naman ay napapalagok nang malaki mula sa bote ng alak na hawak.

Nasubaybayan ni Rufo ang mga kilos ni Tito Esteban habang nagle-labor si Sofia. Hindi ito mapakali sa pagkakaupo. Matingkad ang kabalisahan. Sinisikap na pakalmahin ang sarili sa tuluy-tuloy na pag-inom ng alak.

Kapag nananaghoy sa hirap si Sofia, kung hindi mabilis na tumutungga ng alak si Tito Esteban ay napapatayo rin itong tulad ni Rufo. Napapalakad nang paruo't parito sa salas, bago muling mauupo nang hindi naman mapakali sa sopa.

Halos magmamadaling-araw na, pagkaraan ng isang mahaba't nakalulunos na panaghoy ni Sofia, nang maulinigan nila ang matinis na iyak ng isang sanggol.

Napakislot si Rufo sa pagkakaupo. Si Tito Esteban ay halos napalundag.

"N-narinig mo ba, Rufo? Narinig mo ba? Nanganak na si Sofia, nanganak na si Sofia!" At si Tito Esteban ay malakas na napahalakhak habang nagluluha ang mga mata sa sobrang saya.

Napatunganga siya sa pagmalas sa mukha ni Tito Esteban. Ang walang mukha't pangalang ama ng sanggol ni Sofia ay mayruon na ngayong mukha't pangalan para sa kanya! At minura niya sa isip ang sarili kung bakit ba kinalimutan niya iyon gayong iyon nga ang matinding kutob niya sa mula't mula pa!

At minura niya nang minura sa isip si Tito Esteban hanggang sa pakiwari niya'y inaapoy ng lagnat ang kanyang katawan at parang sasabog sa init ang kanyang ulo.

Nagtatakbo siya sa kanyang kwarto at isinusi ang pinto bago siya mapatakbo sa kusina at makakuha ng kutsilyong itatarak niya sa itim na puso ni Tito Esteban.

Parang batang nag-iiyak siya sa loob ng kanyang silid. Habang umiiyak ay tinawag-tawag niya ang pangalan ng mga magulang. Ang kanyang amang malakas at matatag. Ang kanyang inang masayahin tulad ng maliwanag na umaga sa hardin. Bakit ba kay-agang nawala ng kanilang mga magulang?

Maliliit pa sila ni Sofia, parehong nasa panimulang mga baitang pa lang ng pag-aaral. Isang gabi'y dumalo sa isang malaking pagtitipon ng angkang Vera ang kanilang mga magulang. Hindi na nakauwi·nang buhay ang mga ito. Nabangga ang awtong kanilang sinasakyan pauwi mula sa kasayahan.

Umiiyak siyang nakatulog. Upang muling gisingin ng magkasanib na pag-iyak ni Sofia at ng anak nito sa kanyang panaginip.

SA PAGKAMATAY ng mga magulang nila ni Sofia, sina Tita Caring at Tito Esteban na ang tumayong mga magulang nila.

Si Sofia, nang maipanganak si Cara, ay naging katulad ni Tita Caring. Ayaw nang maglalabas ng bahay, parang natakot rin sa araw at sa tao. Hindi na nagpatuloy sa pag-aaral. Naglagi na lamang sa bahay at tahimik na inaruga ang anak.

Naging tahimik na tahimik si Sofia sapul nang ipagbuntis niya si Cara. Tahimik na tahimik, pero masugid siya sa pagbabantay sa anak na si Cara.

Si Rufo naman ay nagpatuloy ng pag-aaral. Pursigido niyang tinupad ang naibahagi niyang pangarap sa mga magulang nuong siya'y bata pa—ang maging isang duktor.

Wala siyang narinig na pagtutol kina Tita Caring at Tito Esteban. Hindi naman problema ang gastusin sa kanyang pag-aaral. Malinaw na may bahagi ang mga magulang niya sa malawak na lupain ng mga Laluna at ng mga Vera.

Parang natutuwa pa nga si Tito Esteban. Ang sabi'y mabuti ngang magkaruon ng duktor sa pamilya. Para may tiyak na titingin sa sinumang Laluna na magkakasakit. Tumatanda na nga silang dalawa ni Tita Caring. Si Sofia ay laging walang sigla at parang laging may sakit. Si Cara ay kailangang siguraduhing malusog sa kanyang paglaki upang magkaruon ng isang malusog at masayang pamilya pagdating ng araw.

At nang ganap siyang maging duktor, siya nga ang nagpatulog nang mahimbing kay Caridad Laluna.

SI TITO Esteban ang nagpasyang si Cara Laluna ay ipakasal kay Edwin Vera. Mahigpit ang naging pagtutol ni Dr. Rufo Laluna.

"Si Cara'y dugong Vera rin, Tito Esteban, mula kay Lola Ambrosia! At si Edwin man ay may dugong Laluna mula sa nabanggit ding ugat!"

"Ano'ng problema do'n, Rufo? Ang pag-aasawa sa loob ng iisang angkan ay ginagawa ng mga dugong maharlika mula't sapul. At ang Laluna'y isang maharlikang angkan! Kailangang magpatuloy ang pagkamaharlika ng angkang Laluna, Rufo!"

"Hindi sa pagkain ng sariling laman, Tito Esteban!"

Bumiling ang kanyang mukha sa sampal na ibinigay ni Tito Esteban. Nagputok ang kanyang labi at nalasahan niya ang dugo sa kanyang bibig.

"Malayo na nga kung tutuusin ang relasyon sa dugo nina Cara at Edwin, hindi mo ba nauunawaan, Rufo?"

Kukurap-kurap ang nagluluhang mga mata na tinitigan niya nang diretso sa matalas na mga mata si Tito Esteban. "At ano'ng mas malapit pa ang nangyari na, Tito Esteban?" mariing pumulas sa pagitan ng kanyang mga ngipin.

Natilihan si Tito Esteban. Mabilis na siyang tinalikuran ni Rufo bago pa siya makapagtanggol sa sarili.

DUMATING ang panahong si Tito Esteban ay mapapailalim sa habag ni Dr. Rufo Laluna. Ang kalagayan nito'y naging mas masahol pa sa nangyari kay Tita Caring.

Isang araw, napuna na lang ng kanyang mga kasambahay na hindi na nagkikikibo si Tito Esteban. Napuna nilang ilang araw na pala itong hindi naliligo ni nagpapapalit ng damit.

Napuna nilang haharap sa pagkain si Tito Esteban at mamata-mata lang sa mga pagkain sa ibabaw ng mesa. Titingin-tingin sa pagsubo ng iba pa. Sa mga kubyertos na hawak ng mga nagsisikain. Sa mga kamay ng nagsisikain. At pagkuwa'y iaangat niya sa harap ng mukha ang sariling mga kamay para tingnan ang mga iyon. Na parang hindi niya alam ang gamit ng kanyang mga kamay na dati-rati'y gamit na gamit niya sa salubusab na pagkain.

"Ba't di ka kumain, Tito Esteban?"

Mananatili lang na nakatitig sa sariling mga kamay si Tito Esteban. Walang salitang mapapailing. At marahang tatayo na. At lalakad nang marahang-marahan na parang batang natatakot madapa. Habang lumalayo'y nag-iiwan ng mapanghi't mabahong amoy.

Inutusan ni Dr. Laluna si Mang Hilarion na alamin ang tunay na lagay ni Tito Esteban. Palagay niya'y umihi na lang ito sa pantalon—at siguro'y tumae na rin duon. "Mang Hilarion, alamin mo nga kung bakit hindi naliligo't nagbibihis at hindi na rin kumakain si Tito Esteban. Hayun, at ni hindi na rin yata lalabas ng kwarto n'ya!"

Natuklasan ni Mang Hilarion na nakahiga lang sa sariling kama si Tito Esteban. Namamanghi't namamaho.

Kinausap niya pero matagal bago sumagot. At nang sumagot ay hindi niya mawawaan ang sinasabi. Pulos mga ungol lang ang lumabas sa bibig ni Tito Esteban.

Humahangos na lumabas ng kwarto ni Tito Esteban si Mang Hilarion at tinawag si Dr. Rufo Laluna.

"Hindi siya makakilos sa higaan, Duktor Rufo. Ni hindi siya makapagsalita nang malinaw. Hindi ko maintindihan kung ano'ng nangyari sa kanya. Kayo na ang tumingin sa kanya, Duktor Rufo."

Sumugod si si Dr. Laluna sa silid ni Tito Esteban.

"Tito Esteban."

Parang walang narinig si Tito Esteban.

"Tito Esteban, ako ang pamangkin mong si Rufo!"

Nanatiling nakamulagat lang sa kanya si Tito Esteban.

"Bumangon ka, Tito Esteban. Maligo ka't magbihis. Kumain ka, ilang araw ka nang di kumakain."

Hindi pa rin tuminag si Tito Esteban sa pagkakahiga. Nakamulagat lang sa kanya.

"Humawak ka sa kamay ko, Tito Esteban, at ibabangon kita."

Tiningnan lang ni Tito Esteban ang kamay ni Dr. Laluna, at pagkuwa'y tiningnan naman ang isang kamay niya.

"Tito Esteban, ano'ng nangyayari sa 'yo? Magsalita ka, Tito Esteban. Kausapin mo 'ko, Tito Esteban!"

Hindi rin nagsalita ni isang kataga si Tito Esteban. Nang yugyugin ito ni Rufo sa balikat, saka lang bumuka-buka ang bibig. Wala namang lumabas duon kundi mga ungol, hindi mawawaang mga ungol.

"Alam mo ba kung nasa'n ka, Tito Esteban? Nasa loob ka ng kwarto mo. Nakahiga ka sa kama mo. Sa malaki't maharlikang bahay ng mga Laluna!"

Walang anumang damdaming nagrehistro sa mukha't mga mata ni Tito Esteban.

"Laluna, Tito Esteban. Esteban Laluna ang pangalan mo. Ako si Dr. Rufo Laluna, anak ni Gonzalo Laluna na kapatid mo. Ikaw, si Gonzalo Laluna at si Cara…"

Wala ring saysay.

Kinailangan pang magsaliksik ni Dr. Rufo Laluna sa pinakahuling mga medical journal. Gumawa siya ng masusing mga pag-aaral hinggil sa mga kaso ng katandaan at mga sakit na kaakibat nito para mabigyan ng pangalan ang karamdamang dumapo kay Tito Esteban.

Hindi iyon kaso lang ng senility o pag-uulyanin dahil sa katandaan. Ibayong masahol ang kaso ni Tito Esteban.

Alzheimer's disease. Isang karamdamang dumarapo sa mga may-edad na. Nagsisimula sa pagliit ng utak. Pinapawi ang kamalayan sa panahon at lugar. Sumisira sa kakayahang magsalita. Nakakalimot sa gamit ng iba't ibang bahagi ng katawan—ang paa sa paglakad, mga kamay sa pagkain, o pagbibihis, o pagdampot, paghawak ng mga bagay, bibig sa pagsubo't mga ngipin sa pagnguya, atbp.

Ganito kung ilarawan ng mga mananaliksik ang Alzheimer's disease: Ang problema'y hindi kung makalimutan mo kung saan nailagay ang susi; ang problema'y kung hindi mo na alam kung ano ang gamit ng susi!

Ang malaking suliranin ay nasa paggamit ng susi sa katawan ng tao—ang utak.

Tulad sa AIDS at sa kanser, wala pang natutuklasang gamot sa naging sakit ng katandaan ni Tito Esteban. Si Mang Hilarion at si Indo ang nagtulong upang malinis ito, mabihisan, mapakain at kung anu-ano pa. Pero kahit ano pa ang gawin ng sinuman sa kanyang mga kasambahay, kasabay ng pagkalitis ng kanyang utak, matutuyot na rin ang buong katawan ni Tito Esteban.

May gamot pa ba sa parang inaamag, inutil na utak?

May alam na gamot para rito si Dr. Rufo Laluna. Ilang gabi na nga niyang ibinibigay ito kay Tito Esteban sa pamamagitan ng iniksyon. Mula sa ugat sa bisig ni Tito Esteban patungo sa utak nito: inut-inot, dahan-dahan lang... Hindi naman nagmamadali para sa resulta si Dr. Laluna!

6
Papel ng Diyos

LUMIKAS si Dr. Rufo Laluna sa bahay ng mag-asawang Cara at Edwin. Habang ina-assess ng mga taga-termite control office ang kalagayan ng lumang bahay. Makukuha ba ito sa pagbomba ng mga gamot o kailangan nang gibain?

Tuwang-tuwa sina Edwin at Cara. Lalo na nang iabot niya kay Cara ang pasalubong ditong prenatal vitamins at iron supplements. May bonus pang isang botelya ng calcium lactate para sa mga susunod na buwan ng kabuntisan ni Cara.

Mahigpit siyang niyakap ni Cara at pinupog ng halik.

Nang bitiwan siya ni Cara ay hinanap ng mga mata niya ang kapatid na si Sofia. Wala ang kapatid sa salas. Hindi sumalubong sa kanya si Sofia.

"Nasa kwarto n'ya si Mama. Hindi n'ya alam na darating ka. Hindi namin sinabi sa kanya na binubukbok na't inaanay ang lumang bahay. Naisip namin ni Edwin na magiging masayang sorpresa para kay Mama ang bigla na lang na pagdating mo, Uncle Rufo!"

"Sorpresa, sorpresa! Ang hilig n'yong mag-asawa sa mga sorpresa! Sabik na sabik na 'ko sa aking kapatid!" At nagpauna na siyang lumakad kina Cara at Edwin upang puntahan si Sofia sa silid nito. "Kumusta na bang talaga ang inyong Mama?"

"Tulad pa rin ng dati, Uncle. Wala na kaming magagawa pa ni Edwin kundi ang hayaan na lang s'ya sa kanyang sarili." Ang boses ni Cara ay parang naging daing.

"Ni ayaw n'yang lumabas kahit sa garden, Tito," susog ni Edwin. "At lalong hindi namin s'ya makayag na mamasyal sa labas."

Parang may magkahalong pait at kirot na biglang namuo sa kanyang dibdib, na pagkuwa'y umigkas at humaplit sa kanyang isip. A, Sofia, Sofia!

Tumigil siya sa paglakad at sinabihan ang mag-asawang Cara at Edwin. "Mag-isa na lang muna 'kong pupunta sa kanya. Gusto ko s'yang maobserbahang mabuti. Is that okay with you?"

"You're the doctor, Tito Rufo. Kami ang unang matutuwa ni Cara if you can change Mama Sofia for the better, hindi ba, Cara?"

"Lalong masaya kung masisimulan mo na ngayon, Uncle Rufo. Isama mong lumabas si Mama for merienda. Magagawa mo 'yun, di ba, Uncle?"

"I'll see what I can do, at gagawin kong lahat ang magagawa ko!" At nagpatuloy na siyang lumakad patungo sa kwarto ng kapatid.

NAKA-LOCK sa loob ang pinto ng silid ni Sofia. Maraming katok ang nagawa niya bago siya pinagbuksan nito. Sa bahagya lang iniawang na pinto, nanatiling nakamata lamang sa kanya si Sofia. Walang damdamin sa mga matang iyon. Wala ni kislap ng pagkilala sa kanya.

Si Dr. Laluna na ang marahang nagtulak na pabukas sa pinto upang makapasok. Napaurong si Sofia. Umilap ang mga mata.

"Sofia, ako ang Kuya Rufo."

Niyakap niya si Sofia. Parang nanigas ang buong katawan nito sa kanyang mga bisig. Pagkuwa'y naramdaman niyang itinutulak siya. nitong palayo sa pamamagitan ng dalawang kamay. Nang makawala sa kanyang pagkakayapos ay mabilis itong lumayo sa kanya at nagpunta sa isang sulok ng kwarto nito—nakatalikod sa kanya.

"Hindi ka dapat matakot sa 'kin, Sofia. Ako si Kuya Rufo. H-hindi kita sasaktan... h-hindi kita maaaring saktan kahit. kelan." Gustong mamaos sa damdamin ang boses niya.

Hindi pa rin humarap sa kanya si Sofia.

"M-mahal kita, Sofia... mahal kita." May luha na ang mga katagang iyon; at marahan siyang lumapit sa kapatid.

"H-h'wag... h'wag," katal, nagmamakaawa ang mahinang-mahinang tinig ni Sofia.

Bigla siyang napatigil sa paghakbang. Para siyang napagkit sa kinatatayuan. Bigla ang realisasyong dumating sa kanya sa mga sandaling iyon. Takot si Sofia. Takot si Sofia sa mga lalaki at maging sa kanya na kapatid nito. Na kay Sofia pa rin ang trauma—epekto ng pagkagimbal—'sa masaklap na karanasan nito nuon sa lalaking pumugay ng dangal nito. Isang lalaking hindi iba rito. Pa'no pa nga ito makapagtitiwala kahit sa kanya na kapatid nito? Putang 'na mo, Tito Esteban, putang 'na mo! At napahagulgol siya sa mga palad.

Nang maibsan ang bigat ng isip niya't dibdib at iangat ang luhaang mukha, nakaharap na sa kanya si Sofia. Makirot na makirot ang maputla't maputing mukha. May luha ring nakagiti sa gulilat na mga mata. At sa kabila ng sarili nito'y marahang lumakad papalapit sa kanya.

"K-Kuya Rufo..."

Tumangu-tango siya at ngumiti kay Sofia sa kabila ng di-mapigil na mga luha.

"K-Kuya Rufo!" At marahang umangat ang isang katal na kamay ni Sofia na humaplos sa kanyang pisngi't pumahid sa kanyang luha.

Mabilis niyang kinuha ang kamay ni Sofia at paulit-ulit na hinalikan habang umiiyak at tumatawa. Hanggang pahilang bawiin iyon ni Sofia.

"Naghahanda sina Cara at Edwin ng merienda, Sofia. Pasalubong daw n'yo sa pagdating ko. Syempre pang salu-salo tayong kakain. Matagal na tayong hindi nagkakasamang kumain, Sofia."

Walang sagot mula kay Sofia.

"Sabay na tayong lalabas para kumain?"

Umiling si Sofia.

"A, kailangan mo nga palang magbihis. At mag-ayos ng sarili. Susunod ka na lang sa labas?"

Marahang tumango si Sofia.

Matagal na silang nakadulog sa bilog na mesa sa terasa ay hindi pa rin lumalabas si Sofia. Nang mapatingin siya kay Cara ay malungkot na umiling ito.

"Hindi na s'ya lalabas, Uncle Rufo." At tinawag ang isang katulong. "Ipagpasok mo ng merienda si Mama. Kumain na tayo, Uncle. Subukin na lang natin uli sa tanghalian."

At dugtong ni Edwin: "Kung hindi'y sa susunod na merienda. O sa supper na."

Naramdaman ni Dr. Laluna na parang may nauukab sa kanyang dibdib.

YOU'RE the doctor. Gusto niya ang simpleng mga katagang iyon na punung-puno ng kahulugan. Pambihirang kaalaman. Abilidad. Kahusayan. Espesyalidad. Ang pagiging manggagamot ay isang propesyong kagalang-galang na'y kahanga-hanga pa.

Sa pagiging duktor, maaari mong gampanan ang papel ng Diyos. Maaari mong mabuhay maging ang isang naghihingalo na. O pwede mong patayin ang kahit na isang taong hindi pa naman dumarating ang takdang sandali ng natural na kamatayan.

"Dapat i-consider n'yong ang bata sa t'yan ni Cara ay isang precious baby," sinabi niya sa mag-asawang Cara at Edwin. "Hindi na natin pag-uusapan pa kung bakit, alam na natin pare-pareho ito."

Matamang nakikinig sa kanyang sinasabi sina Cara at Edwin, para bang ang nagsasalita ay isang Diyos.

"Be extra careful or even cautious, Cara. Dala ng 'yong pagbubuntis, pwede kang samaan ng pakiramdam sa maraming pagkakataon. Pero ito'ng tandaan mo, at pakatandang mabuti: hindi kahit anong gamot ay pwede mong inumin!"

Parehong tumango sa kanya ang mag-asawa.

"Kung hindi mabuti ang pakiramdam mo, mas magaling na sa 'kin ka na lang kumunsulta. Kung di ka pwedeng makasaglit sa clinic, itawag mo na lang sa 'kin sa telepono."

Muli, tumango sa kanya ang mag-asawa.

"Kung makakaramdam ka ng pananakit ng puson, lalo't may kasamang spasm, delikadong tiisin mo na lang at baka premature labor. Pero lalong delikadong mag-take ka naman ng kahit anong gamot na ihahatol ng kahit sinong duktor. Mag-iiwan na lang ako ng gamot para rito."

Pagkuwa'y napunta sa kalagayan ni Sofia ang usapan.

"Malalang depression ang dinaranas ng inyong Mama Sofia. Hindi pa naman gano'n kagrabe, dahil karamihan naman sa personal na mga gawain n'ya'y nagagawa pa naman n'ya. Sana'y h'wag dumating ang sandaling mahiga na lang siya at h'wag nang bumangon at iba na ang gagawa para sa kanya ng dapat n'yang gawin para sa sarili!"

"Ano'ng gagawin namin kung sakaling mangyari 'yun, Tito Rufo?" si Edwin ang nagtanong.

"Itawag n'yo sa 'kin. Kukunin ko s'ya. Ako'ng mag-aalaga sa kanya. Kung mangyayari kasi 'yun, baka kailangang pakainin s'ya intravenously—sa pamamagitan ng swero—ng dextrose."

Naging tahimik na tahimik ang mag-asawang Cara at Edwin.

"Avoid worry and anxiety, Cara. Hindi mabuti sa pagbubuntis mo. Bayaan mong kami na lang ni Edwin ang mag-isip ng tungkol sa kalagayan ng 'yong Mama."

"Tama si Tito Rufo, Cara! Our baby is a precious baby, don't you forget that!" At masuyong hinimas ni Edwin sa isang palad ang nagsisimula nang umumbok na tiyan ni Cara.

"Ipaalala mo sa 'kin, Cara, ang gamot na dapat kong iwan para sa sakit ng t'yan."

"Bakit, Uncle... talaga bang aalis ka na?"

"Kailangang makita ko ang lagay ng bahay. Titingnan ko kung talagang malaki pa ang maisasalba. Kailangang masimulan na ang restoration niyon o ang lubusang paggiba na, kung anuman ang lalong praktikal na gawin."

"Anuman 'yun, hindi ka makakatigil nang kumportable sa 'sang bahay na ginagawa, o ginigiba na, Uncle Rufo."

"Hindi naman pwedeng dito na 'ko tumigil forever, Cara! Siguro'y kailangan kong kumuha ng 'sang condo unit. Ang mabuti pa'y ihanda n'yo ni Edwin ang Mama n'yo para mabalikan ko bago tuluyang mawala na ang lumang bahay. Maanay na maanay daw ang lupa ng bakuran sabi ng termite control office."

NAGBIBILANG na lang siya ng mga araw sa lumang bahay. Nakuha na niya si Sofia. Sa pagdating ng tag-ulan ay nakakatakot nang tirhan ang lumang bahay-kastila. Isang malakas-lakas na bagyo at baka lumupasay na ito kung hindi man mabuwal.

Isang hapon, tinanggap niya ang tawag ni Edwin sa klinika. Isinugod raw nito si Cara sa ospital. Namimilipit sa sakit ng tiyan. Hindi nakuha ng iniwan niyang gamot. Mukhang premature labor na hindi na maagapan. Ang tutuo'y may dugo nang lumabas kay Cara.

Mabilis siyang sumugod sa ospital na pinagdalhan ni Edwin kay Cara. Nang makita siya ni Edwin ay hindi nahiyang umiyak ito. Wala na ang anak nila ni Cara. Nalaglag ang anak nila. Namatay ang precious baby nila ni Cara!

Pinahinahon niya si Edwin. At nagpaalam siya upang puntahan ang duktor na nag-DNC (dilatation and curettage) o nag-raspa sa nakunang si Cara.

7
Sofia Laluna, R.I.P.

SA PAGBABALIK sa lumang bahay ng mga Laluna, hindi lumabas ng kwarto si Sofia nang pumasok sa dating silid nito. Isang araw, sa pagkakahiga'y hindi na ito bumangon.

Ang kaso ng kanyang kapatid na si Sofia ay matagal nang natalakay sa sarili at nabigyan ng kongklusyon ni Dr. Rufo Laluna.

Hindi iyon simpleng neurosis o pag-uugaling hindi makaangkop o umiiwas. Na may kaakibat na bahagya hanggang sa moderatong pagkasira ng personal at sosyal na paggampan ng sarili.

Mas grabe iyon. Psychosis. Pagkabaliw. Hindi ang klaseng kung tawagin ay organic psychosis na resulta ng kapinsalaan ng sentro ng nervous system—ang utak. Halimbawa'y ng pinsala sa ulo, tumor sa utak, paninigas ng mga ugat at lead poisoning.

Mas functional psychosis iyon na ang pangunahing pinagmulan ay psychological. Halimbawa'y ang tindi ng epekto sa isip ni Sofia ng paglulugso sa puri niya ni Tito Esteban, kapatid ng kanilang ama.

Malaki rin dito ang mga salik na genetic at biological—lalo't ang ugat na pinagmulan nila'y si Don Urbano Laluna. Ang lolo nila ni Sofia na inasawa ang anak na si Soledad sa pag-aakalang nabuhay na mag-uli rito ang namatay na asawang si Doña Ambrosia.

Para kay Dr. Laluna ay isang malinaw na kaso ng functional psychosis ang kapatid na si Sofia. Maliwanag na sira na ang personalidad nito. Ang ugnay nito sa realidad ay gahibla na lang kung hindi man lubusang lagot na. Hindi na nito magampanan ang mga personal at sosyal na mga tungkulin.

Lahat ng simtomas ay nagpapatibay rito. Nadiskaril na ito sa isip, pakiramdam at gawa. Hindi niya maubos-maisip kung gaano kalagim ang mga bangungot ng kapatid kahit ito'y gising. Hindi niya masusukat ang parusa ng isanlibu't isang tinig na umuusig at naririnig nito maging sa pag-iisa. Nalalagiman siya kung paano pumupurol ang emosyon nito sa pagdaraan ng mga araw. At nakababaliw sundan ang kakatwang gawi nito ng pagkukulong ng sarili sa sarili sa gitna ng sangmundong mga tao, pangyayari at tanawin sa paligid.

A, Sofia, Sofia!

Hindi siya magtatakang sa tindi ng kasawiang ipinalasap sa kapatid ng buktot na si Tito Esteban ay halos hindi na kilala ni Sofia ang sarili. Hindi na nito alam kung nasaan siya—wala dito't wala ruon, lagi na'y nakabitin sa alanganin, kinalimutan nito ang kahalagahan ng lugar, panahon at sariling pagkatao. Hindi lang dangal ang nawasak kay Sofia kundi ang buong pagkatao nito.

Sofia, Sofia, kapatid ko, hindi na dapat palawigin pa ang kayhaba nang pagdurusa mo!

Pero hindi, hindi mo gagawin ang ginawa ni Lola Soledad. Hindi mo wawakasan ang sariling pagdurusa sa pamamagitan ng pagpapatiwakal na tulad ng ginawa ni Lola Soledad!

Soledad! Solledaaaadd!

Isang umaga'y hindi na lang kita nagisnan. Hindi ba't yakap kita kagabi nang ako'y matulog? Para kang magandang panaginip sa pagtulog ko na biglang naglaho sa aking paggising!

Napabalikwas ako ng bangon. Hindi mo 'ko iniiwang mag-isa sa silid, Soledad! Alam mong gusto kong katabi kita sa pagtulog at kayakap hanggang ako'y magising! Bakit mo 'ko iniwan, Soledad? Soledad, saan ka nagpunta?

Soledad!

Nakababa na 'ko sa hagdana'y hindi ka pa rin sumasagot. Soledad! Wala ka sa salas. Wala ka rin sa komedor, sa kusina. Soledad! Kahit sa hardin ay wala ka. Solledaaaaaadd! Pero wala ka rin sa likod-bahay. Soledad, Solledaaaadd!

Nagpunta 'ko sa kwadra. Wala ka ro'n at wala rin ang kabayo mong puti na sinasakyan mo sa pamamasyal natin sa hacienda.

Nagsisisigaw akong tinatawag ang 'yong pangalan; mabilis akong sumakay sa kabayo kong mola upang hanapin ka sa bawat sulok ng hacienda.

Hindi ko na kailangang lumayo. Natanaw ko agad ang puting kabayo mo sa tuktok ng talampas sa itaas ng ilog. Ang puting kabayo mo lang ang natatanaw ko. Hindi kita matanaw, Soledad, wala ka sa itaas ng paltok!

Hinaplit ko nang hinaplit ang aking kabayo upang mabilis kong marating ang talampas. Soledad! Soledad! patuloy kong isinisigaw ang iyong pangalan sa hangin at sa kalawakan upang marinig mo ako nasaan ka man! Sooolleddaaaad!

Sa talampas, inabutan kong nakatunghay ang puting kabayo mo sa kabatuhan sa gilid ng ilog sa ibaba. Nang tumanaw ako ruon, nakita kita, Soledad. Sa kabatuhan sa gilid ng ilog. Tinawag kita nang tinawag ay hindi mo pa rin ako sinagot. Hindi mo na 'ko masasagot pa!

Ang lupit mo, Soledad. Kasinglupit ka ni Ambrosia! Mahal na mahal ko'y iniwan na lang ako't sukat! Soledad, ikaw nga't si Ambrosia ay iisa! Solleddaaadd!

Hindi ko papayagang maging malupit ka sa iyong sarili, Sofia, kapatid ko. Hindi ko papayagang ilagay mo sa iyong mga kamay ang gano'ng kasukdulan ng kalupitan sa sarili!

ISANG gabi'y pumasok si Dr. Rufo Laluna sa silid ng kapatid na si Sofia. Batay sa relos niya sa galang ay ubos na ang dextrose ng kapatid. May dala siyang panibagong bote ng likidong pagkain ni Sofia. Espesyal na bote ang dala niya.

Tinanggal niya ang swero ni Sofia at pinalitan ng bagong dala-dala niya. Nang ikabit niya ang bagong swero'y nagmulat pa ng mga mata sa kanya si Sofia.

"K-Kuya... Rufo?"

"Salamat, Sofia. Salamat at natatandaan mo pa rin ako! Ako ang Kuya Rufo na nagmamahal sa 'yo, alam mo ba 'yun?"

Ngumiti ba sa kanya si Sofia?

"Hindi ba't sinabi ko sa 'yo no'n, Sofia? Hindi kita sasaktan... hindi kita sasaktan kahit kelan. Natatandaan mo ba 'yun, Sofia?"

Hindi sumagot si Sofia. Nakatitig lang sa mukha niya ang malamlam, halos masuyong malulungkot na mga mata.

"Kukwentuhan kita, Sofia. Ikukwento ko sa 'yo ang kamusmusan natin hanggang sa makatulog ka. Makinig ka, ha, Sofia... pakinggan mo ang kwento ni Kuya Rufo..."

Kumurap-kurap ang malamlam, masuyo at malungkot na mga mata ni Sofia sa kanya.

"Masigla kang bata nuong maliit pa tayo, Sofia. Nagmana ka ng sigla't saya sa ating ina! Alam kong natatandaan mo pa si Mama, Sofia... mahal na mahal ka ni Mama. Mahal na mahal niya tayong dalawa!

"Si Mama ang laging nagkukwento sa 'ting dalawa, di ba, Sofia? Mga kwento ng mga prinsipe't prinsesa, ng mga engkantada, ng mahiwagang mga kabayong lumilipad at mga nimpang laging nagsasayaw at walang pagkapagod!

"Pag nagkukwento ng gano'n si Mama, sasabihin mo sa kanya: Gusto kong maging prinsesa, Mama! Gusto ko ring maging engkantada, Mama! Gusto ko ring maging isang nimpa! Ang daming pwede mong maging sa mga kwento ni Mama, Sofia, habang ako'y pwede lang maging isang prinsipe!" At binuntutan niya iyon ng marahan, masuyong tawa.

"Ang mga kwento ni Mama'y nilalaro natin sa hardin at bakuran, di ba, Sofia? Ikaw ay prinsesa at ako'y prinsipe, at aalayan kita ng maraming-maraming bulaklak. Bulaklak na inilalagay mo sa 'yong buhok, ikinukwintas mo sa 'yong leeg, at ginagawa ring pulseras sa 'yong mga braso. Mga bulaklak ng krisantemo, doña aurora, sampagita, rosas, a, iba't ibang bulaklak!

"Ikaw ay prinsesa at ako'y prinsipe. At hinahandugan kita ng maraming prutas. Aakyat ako sa puno at hahagisan kita ng mga bunga na sinasalo mo ng laylayan ng 'yong damit.

"Manibalang at hinog na mga bayabas. Mabango't matamis na chico. Manibalang na manggang kakulay ng pisngi mo ang pamumula. Mga duhat na nagmamantsa sa mga damit natin. Mga bignay na may ubod asim at merong ubod ng tamis. Mga sampalok na malasebo.

"S'yempre, dahil ako'y prinsipe, ang hindi ko maakyat o masungkit ay ipinaaakyat ko't ipinasusungkit kay Indo o kay Mang Hilarion! At nagpipiknik tayong dalawa ng sarisaring mga prutas sa looban sa likuran. Ang ganda-ganda mo, Sofia, kahit ano'ng itsura ng mukha mo sa pagkain natin: natatamisan, naaasiman o kahit napapaklahan pa!

"Naglalaro tayo ng kwento ni Mama. Ikaw ay prinsesa at ako'y prinsipe. Bibigyan mo 'ko ng makikinis, iba't ibang kulay na mga bato na kinukuha ni Mang Hilarion sa ilog, at sasabihin mong ang mga 'yun ay iba't ibang hiyas at mamahaling bato!

"Ikaw ay engkantada at ako'y pulubi, at isang kanti sa ulo ko ng engkantadong patpat mo ay bigla akong nagiging prinsipe!

"Ikaw ay isang nimpa at ako'y prinsipe, at inaaliw mo 'ko ng 'yong mga kanta't sayaw sa gitna ng hardin!"

Nakapikit na si Sofia. Sa malas niya'y parang nakangiti ito.

Sige, Sofia, kapatid ko... humimlay ka sa kapayapaan.

Pero nakita niyang gumalaw-galaw ang mamad na mga labi ni Sofia. Yumuko siya upang marinig ang sinasabi nito. "Cara... Cara."

"Humimlay ka sa kapayapaan, Sofia... ako'ng bahala sa 'yong anak na si Cara."

"Cara... Cara..." Ilang sandali pang tinawag-tawag ni Sofia ang pangalan ng anak bago ito natahimik na waring nakakatulog na nga.

Inayos ni Dr. Rufo Laluna ang puting kumot ng kapatid. Masuyo niyang hinaplos ang buhok nito. At maingat, marahan siyang lumabas ng silid na parang nag-iingat na magising sa pagtulog si Sofia, ang pinakamamahal niyang kapatid.

SINIKAP ni Dr. Rufo Laluna na maging panatag ang kanyang boses nang tawagan sa telepono ang mag-asawang Cara at Edwin. Nang si Cara ang sumagot ay hiniling niyang si Edwin ang makausap. At sinabi niya kay Edwin: "Patay na si Mama Sofia. Natulog at hindi na nagising. Isang payapa't natural na kamatayan."

Mabilis na inagaw ni Cara kay Edwin ang telepono. "Ano 'ka mo, Uncle Rufo? Natulog at hindi na nagising? Isang payapa't natural na kamatayan?"

"Gano'n nga, Cara. Bakit, hindi ba kayo naniniwala sa 'kin?"

"Darating kami d'yan ngayon din." Tanging sinabi ni Cara at ibinaba na ang telepono.

Ibig sana niyang sabihin kay Cara na si Edwin na lang muna ang papuntahin. Na sila na lang ang bahalang mag-ayos sa bangkay. Baka hindi pa ito masyadong malakas dahil sa pagkakunan. Parang nanganak din ito at kailangang magpahingang mabuti para mabilis na bumalik ang lakas. Pero naibaba na nga ni Cara ang telepono.

Nang dumating ang mag-asawang Cara at Edwin sa lumang bahay ay tuluy-tuloy si Cara sa kwarto ng ina. Ni hindi ito nagbigay-galang kay Dr. Laluna.

"Ano ba'ng nangyayari kay Cara, Edwin? Hindi naman ang ulo n'ya ang nagdugo nang siya'y maospital, di ba?"

"She's very upset, Tito Rufo. Na-upset na siyang mabuti sa pagkalaglag ng aming baby at nadagdagan pa ng pagkamatay ni Mama."

Nakarinig siya ng pumarang sasakyan. Napadungaw sina Dr. Laluna at si Edwin. Natanaw nila ang isang ambulansya ng isang kilalang ospital na nakapasok na sa hindi naisarang tarangkahan at pumara sa harap mismo ng malaking bahay.

"Ba't may ambulansyang dumating?" ang mga mata ni Dr. Rufo Laluna ay nang-uusig na tumingin kay Edwin. "Ano'ng ibig sabihin nito, Edwin?"

"Si Cara ang tumawag sa ospital, Tito Rufo. Ipakukuha raw ang bangkay ni Mama. I told you she's really very upset!"

"Patay na si Sofia, ang kapatid ko, Edwin. Patay na ang Mama ni Cara. Kahit saang ospital ay hindi na s'ya mabubuhay pa!"

"Hindi ako baliw, Uncle Rufo," boses ni Cara mula sa hagdanan. "Hindi ko planong ipabuhay si Mama sa alinmang ospital o sa kangino pa mang duktor. Naniniwala pa rin akong hindi naman Diyos ang isang manggagamot."

"At anong kalokohan ang gusto mong gawin, Cara? Ba't ka pa tumawag ng ambulansya sa 'sang ospital?"

"Gusto kong malaman ang talagang dahilan ng pagkamatay ni Mama, Uncle Rufo."

Biglang nagpanting ang mga tainga ni Dr. Laluna. "At bakit? Hindi ka naniniwala sa 'king tiyuhin mo na isang duktor, gano'n ba?"

"Gusto ko lang makatiyak ngayon. Natatandaan mo bang nang ibalita namin sa 'yo ni Edwin ang pagbubuntis ko'y hindi gano'n katanggap sa 'yo 'yon? Nang makunan ako'y bigla kong naisip kung ano ang gamot na pinainom mo sa 'kin nang sumakit ang t'yan ko!"

"Sinabi ko sa duktor mo kung ano ang gamot na ininom mo."

"Pwede kang magsabi ng pangalan ng tamang gamot, Uncle Rufo... duktor ka kasi. Pero hindi ibig sabihing ang gamot na sinabi mo sa duktor ko'y siya ngang gamot na iniwan mo sa 'kin!"

"Cara."

"H'wag kang mag-alala, Uncle Rufo. Ayoko lang bumitin ang isipi't pakiramdam ko. Hamo't pag mali ako'y luluhod ako sa harap mo't hihingi ng tawad! Edwin, papasukin mo na ang mga taong-ospital para kunin si Mama."

"Malaking kaululan 'to, Cara! Ano ba'ng nangyayari sa 'tin? Nababaliw na ba tayong lahat?"

"Malalaman natin, Uncle Rufo... malalaman natin."

Kasunod ni Edwin na nagsipanhik ang mga taong-ospital—na sakay ng ambulansya nang dumating sa lumang bahay ng mga Laluna—upang kunin ang bangkay ni Sofia Laluna.

"May duktor ba sa inyo?" halos pasigaw na usig ni Dr. Laluna.

Isang makisig at kasibulang lalaki ang bumaling kay Dr. Laluna: "Ako po."

"Pakisuri mo lang ang bangkay bago n'yo kunin. Pakisabi lang sa 'kin kung ano'ng finding mo sa naging sanhi ng kamatayan ng kapatid ko."

Nang bumaba na ang mga nasa itaas, dala na ng ilang mga attendant ang bangkay sa isang stretcher. Sinalubong ni Dr. Laluna ang batang duktor na kasabay ng mag-asawang Cara at Edwin.

"What's your finding, doctor, as to the cause of death?" tanong niya na titig na titig sa makinis na mukha ng manggagamot.

"She died from natural causes, That's my opinion." panatag na sagot ng duktor.

"Narinig mo ba, Cara, ang sinabi n'ya? Itutuloy mo pa ba ang kabalbalang iniisip mo?"

"Walang mawawala sa 'tin, Uncle Rufo."

"Hindi mo ba naiisip ang eskandalong lilikhain n'yan kapag nalaman ng mga kaibiga't kakilala ng mga Laluna at Vera?"

"Magkakaro'n lang ng eskandalo, Uncle, kung may ibang matutuklasan sa loob ng katawan ni Mama."

8
Ang Susi sa Itim na Lihim
ni Dr. Laluna

ANG ISANG duktor na tumitingin sa isang pasyente ay nangangailangan ng maraming instrumentong katulong sa wastong diagnosis o pag-alam sa tiyak na karamdaman ng maysakit.

Hindi kasi sasapat ang panlabas na mga simtomas lang. Tulad halimbawa ng pag-iiba ng kulay ng balat, ng puti ng mga mata, kulay ng kuko, hitsura't kulay ng dila, atbp. O ang mga nararamdaman lang ng pasyente: Sakit ng ulo. Kirot ng dibdib. Hirap ng paghinga. Sakit ng tiyan. Panlalamig ng mga paa't kamay. At iba't iba pang sakit ng ganito't ganuon, etsetera, etsetera.

Hindi naman makakapasok sa loob ng katawan ng pasyente ang isang duktor.

Kailangan nga ng isang manggagamot ang maraming katulong na instrumento para matiyak niya kung ano ang karamdaman ng isang pasyente.

Nariyan ang spygmomanometer para makuha niya ang blood pressure ng isang tao.

Nariyan ang X-ray para kunan ng litrato ang kasalukuyang kalagayan ng iba't ibang organo at mga buto sa loob ng katawan ng pasyente.

May mga laboratory test para malaman ang kalagayan ng dugo, ihi at dumi.

Sa departamento ng radiology, sa ngayon, hindi na lang simpleng X-ray ang ginagawa para matiyak ang isang karamdaman. Marami nang karagdagang pag-unlad—karaniwa'y computerized—para maging eksakto ang pagsusuri sa kalagayan ng isang maysakit.

May ultrasound para makita ang lagay pati na ang akto ng paggana ng isang organo—sa iba't ibang anggulo nito.

May tinatawag pang computerized tomography (CT) scan na ginagamit sa iba't ibang bahagi ng katawan at organo sa paraang parang inaata-atado (sa pagkuha ng litrato) ang pokus ng pagsusuri—halimbawa'y ang atay—upang masigurado kung wala ngang tumor ito o kahit gaano man kaliit na bukol, o walang anumang palatandaan ng cancer cells.

Sa pag-alam lang ng kalagayan ng puso ng tao, halimbawa, may stress test at may electrocardiography o ECG para matiyak kung mayruon o walang malfunction sa importanteng organong ito ng tao.

Batay sa ipinaliwanag sa unahan, malinaw na ang medisina ay isang siyensya. Hindi ito pwedeng daanin sa pahaka-haka o pahula-hula lang.

Ang paninilaw ng kulay ng balat at mga mata ay mauugat sa problema ng atay at sakit na hepatitis, halimbawa.

Ang pananakit ng puson at baywang at hirap na pag-ihi ay maaaring matunton sa sakit sa bato o impeksyon sa daanan ng ihi o UTI (urinary tract infection).

Sasabihin ng isang pasyente ang mga dinaramdam niya sa isang duktor. At ang duktor, katulong ang laboratoryo, departamento ng radiology, ng pathology, at lahat ng makabagong instrumento at kagamitan ay magbibigay ng diagnosis sa tunay na kalagayan ng pasyente. Pagkaraan—hindi bago—ng iba't ibang test at siyentipikong pag-alam ng katotohanan sa likod ng mga nararamdaman ng maysakit.

Ganito kasiyentipiko ang pamamaraan sa larangan ng medisina. Pero may ilan pa ring duktor ang nagkakamali ng diagnosis sa isang pasyente. Maaaring nagbigay siya ng diin sa ilang simtomas lang at hindi niya na-follow-up ng pagsusuri ang iba pang mga palatandaan at simtomas na dapat tiyakin ng laboratoryo, ng X-ray o radiology, at ng pathology—ang sangay ng medisina na nag-aaral sa katangian ng mga sakit lalo na ang pagbabago sa istruktura't paggana sa iba't ibang panig ng katawan na pinagmumulan ng sakit.

Ang mga palpak na ito sa larangan ng panggagamutan ay naka-file na lang sa mga rekord ng mga kumperensya sa ospital at bahagi na ng medical secrets ng mga medical practitioner—mula sa mga intern, mga residente hanggang mga consultant. Ang silbi'y hindi para lumikha ng eskandalo kundi para may pagkunan ng importanteng mga aral sa ikauunlad pa ng panggagamot.

Kasabihan nga ng mga duktor sa mga ospital: Walang pinal na diagnosis ng mga buhay na pasyente sa mga kamay ng kahit sinupamang pinakadalubhasang duktor!

Ibig sabihi'y kahangalang isipin ng isang duktor, gaano man siya kahusay, na siya'y isa nang Diyos.

Ang pinal na diagnosis ay nakukuha lang kung patay na ang isang pasyente, kung ang bangkay nito ay ipinaubaya sa pathology pagkat nagbigay ng pahintulot ang mga kaanak na ito'y awtopsiyahin.

ITINULOY sa morge ng kumuhang ambulansya ang bangkay ni Sofia. Duon sinabi ni Cara na ituloy ito. Habang nasa daan tungo sa ospital, ang mag-asawang Edwin at Cara ay nagtatalo.

"Are you sure na gusto mong buksan ang katawan ni Mama at halukayin pati kaliit-liitang lamang-loob n'ya ng mga pathologist sa morge?"

"By all means, Edwin, I want to know the truth!"

"Ikaw ang bahala. Gusto ko lang namang masigurong sigurado mo talaga ang 'yong sarili, Cara. At sisiguraduhin ko sa 'yong lagi akong nasa tabi mo—anupaman ang pasya mo, anupaman ang mangyari."

Tuluy-tuloy sila sa kagawaran ng pathology. Sinalubong sila ng head pathologist.

"Gusto kong ipaalam sa inyo, Mr. and Mrs.Vera, na tiningnan ko na ang bangkay bago kayo dumating. Pareho kami ng finding ng duktor na sumundo. In my opinion, she died of apoplexy—a very natural cause of death. Ang apoplexy ay biglaang paralisis na may kasamang pagkawala ng ulirat at pakiramdam, na likha ng ugat sa utak na nalagot o nabarahan. Sa simpleng salita, nagkaro'n ng stroke ang namatay—na siyang ikinamatay niya."

"Ibig n'yong sabihin ay hindi n'yo s'ya aawtopsiyahin?"

"Nasa inyo na 'yun. Ang finding na sinabi ko, tulad ng finding ng unang duktor..."

"Ng ikalawang duktor," paglilinaw ni Cara. "Ang unang duktor ay ang tiyuhin namin at gano'n din ang finding n'ya. Natural ang dahilan ng kamatayan."

"Tatlo na pala kami kung gayon. Sa kabila ba nito'y gusto n'yo pa ring buksan natin..."

"Magkakaro'n ba ng malaking diprensya sa finding kung mabubuksan ang katawan ni Mama, Duktor?"

"Maaaring hindi sa finding, pero sa tiyakan ay makukuha natin ang siyento-porsiyentong kasigura-duhan! Ang autopsy ay galing sa salitang Griyegong autopsia na ang ibig sabihin ay makita ng sariling mga mata. Kung tutuo ngang nalagot o nabarahan ang isang ugat niya sa utak, makikita—direkto—ng mga mata."

"Kung hindi?"

"Hahanapin natin ang tunay na dahilan ng kanyang kamatayan."

"Sa'n, Duktor?"

"Kahit saan, sa kung sa'n-saang bahagi ng kanyang katawan. Not unless kung meron na kayong maibibigay na palagay n'yo kung ano ang sanhi ng kamatayan, baka 'yun na ang uunahin naming tingnan pagkatapos ng utak."

Sumikdo ang dibdib ni Cara. Pakikialaman pati utak ng kanyang ina? Bigla'y parang nanikip ang kanyang paghinga.

"Kung bubuksan din lang s'ya, pwede bang unahing tingnan ang lugar na pwedeng paghanapan ng katibayan ng palagay kong sanhi ng kamatayan n'ya?" Gustong mamaos ng kanyang boses.

"Ano'ng palagay mong naging sanhi ng kamatayan n'ya, Mrs. Vera?" diretsong tanong sa kanyang patholo-gist.

"Pagkalason. Overdose ng pampatulog. O iba pang sanhi ng gamot."

"Kung gayo'y uunahin namin ang t'yan. Mga bituka. Mga ugat na daluyan ng dugo."

"Nakaswero s'ya; pwede bang unahin ang malaking ugat sa kanyang braso na kinabitan ng swero?"

Napangiti ang duktor. "Gusto mo bang awtopsiyahin natin ang 'yong ina o hindi, Mrs. Vera?"

"K-kung maiiwasan sana... Pero I won't settle for anything less than the truth, Doctor!" At tuluyan nang napahagulgol si Cara.

Mabilis siyang kinabig ng isang bisig ni Edwin upang sa dibdib nito siya umiyak.

Naging masuyo ang tinig ng duktor. "Nauunawaan kita, Mrs. Vera. Hamo't hindi natin ura-uradang bubuksan agad ang buong katawan ng 'yong ina. Pwede naman talagang magsimula kami sa ugat na dinaanan ng swero... lalo't dito nga pinadaan ang lason, kung siya nga'y nilason."

Tumayo na si Cara na nagpapahid ng luha. Mabilis siyang inagapayanan ni Edwin.

"Kayo na ang bahala kung gayon, Dr..."

"Dr. Beltran. Rommel Beltran."

"Heto ang calling card namin, Dr. Beltran," sabi ni Edwin.

"Mrs. Vera, ipinangangako kong pwedeng makita ng mga makikipaglamay ang 'yong ina sa burol niya!"

Napabaling si Cara. Sa kabila ng luha'y napangiti na sa maunawaing manggagamot.

"Tatawagan ko na ang funeral home na magdadala rito ng kanyang ataul, Dr. Beltran," sabi naman ni Edwin.

KINAHAPUNAN, dumating ang tawag mula sa ospital na pinakahihintay-hintay ng mag-asawang Cara at Edwin.

"Dr. Beltran?"

"Ako nga, Mr. Vera. Tapos na ang autopsy. Pwede bang..?"

"Yes, Dr. Beltran. Pupunta 'ko ngayon din."

"Ang gusto kong sabihin ay kung pwedeng ako na ang pumunta d'yan sa inyo, Mr. Vera. Matutuwa akong dalhin ko mismo ang resulta ng autopsy!"

"Ipagpapasalamat namin sa inyo nang malaki, Dr. Beltran. Kagagaling nga lang sa ospital ni Mrs. Vera. Hindi pa s'ya talaga malakas na malakas para magbyahe. Sigurado kong hindi s'ya papayag na lumakad akong mag-isa. Are you sure it's alright with you, Doc?"

"By all means, Edwin! Bilib ako sa guts n'yong mag-asawa, alam mo. Lalo na sa guts ni Mrs. Vera dahil s'ya ang anak mismo ni Sofia Laluna. Sabihin mo sa kanyang hindi ako magtatagal, at palagay ko rin, kasunod ko na ang remains ng inyong Mama."

OVERDOSE ng morphine na nilahukan ng atrophine ang ikinamatay ni Sofia. Malinaw ito sa report ni Dr. Beltran bilang head pathologist ng ospital na pinagdalhan sa bangkay ng ina ni Cara. Ang report ni Dr. Beltran ay kinumpirma ng ulat naman ng isang chemical expert na ipinatawag ni Dr. Beltran upang makilahok sa autopsy.

Sa tamang sukat ng pinaglahok na mga gamot—ang morphine at atrophine—binubura nito ang lahat ng mga simtomas na kasunod ng kamatayan kung alinman sa mga gamot na nasabi ang ginamit sa pagpatay. Tiyak na may nalalaman sa mga gamot ang kriminal!

At sino ang kriminal? Siya ang unang duktor na nagsabi na si Sofia Laluna ay namatay sa natural na dahilan. Siya ay si Dr. Rufo Laluna, kapatid ng biktimang si Sofia Laluna na ina ni Cara Laluna-Vera!

"S-sinasabi ko na nga ba... sinasabi ko na nga ba!" paulit-ulit na bulalas ni Cara. "Edwin... s-si Uncle Rufo rin ang... ang n-naglaglag sa baby natin!"

"W-wala tayong katibayan, Cara, p-para..."

"Ang katibayan ko'y ang paglason n'ya kay Mama na mismong kapatid n'ya Edwin! Saka meron ba namang gamot na sabi niya'y makapagpapahupa ng sakit ng t'yan na nang inumin ko'y lalo pang nagparebolusyon sa t'yan ko! Itanong mo kay Dr, Beltran at sasabihin n'yang may mga gamot na may sangkap na lumilikha ng spasm imbes na magpatigil nito!"

Napatangu-tango si Dr. Beltran. "Pero makabubuting mag-relax ka lang, Cara..."

"Mari-relax lang ako, Dr. Beltran, kapag nasabi kong lahat ang gusto kong sabihin! H-hindi ako paparis kay Mama at kay Tita Caring. Ipon nang ipon ng mga sama ng loob hanggang malitis ang mga sarili! Kailangang maparusahan si Dr. Rufo Laluna, kailangang maparusahan s'ya!"

Ibig sabihin ni Cara ay gusto niyang isakdal si Uncle Rufo. Sige, sige, kung iyon ang makapagpapabuti sa kanyang pakiramdam, sang-ayon ni Edwin. Kung ipangangako ni Cara na magpapahinga ito'y sila na lang— si Edwin at si Dr. Beltran—ang magsasayos ng lahat para maisakdal si Dr. Rufo Laluna.

Handa na nga ang pathological at chemical reports, dala-dala mismo ng pathologist na si Dr. Beltran. Pwede nang kumilos mula rito ang korte at pulisya. Mabuti pang tumawag na si Edwin ng abugado para siyang umatupag dito. Tiyak na walang kawala si Dr. Laluna sa kasong parricide: pagpatay sa kapatid na kadugo mismo.

Tinawagan ni Edwin ang abugado ng angkang Vera.

9
Krimeng May Puso?

PEOPLE of the Philippines vs. Dr. Rufo Laluna. Sa kasong premeditated murder o planadong pagpatay.

Sa kalamnan, ang kaso'y parricide o pagpatay sa isang malapit na kaanak—sa kapatid niyang si Sofia—na pinag-isipan at plinano para maisagawa nang matagumpay.

Ginamit ng nasasakdal ang kanyang kaalaman sa medisina. Ito ang naging kasangkapan sa pagpaslang sa sariling kapatid.

Si Sofia Laluna, ayon sa pahayag ng nasasakdal, ay namatay sa natural na kadahilanan. Ngunit sa pagsusuri, lumitaw na siya ay namatay sa pagkalason—overdose ng morphine na may lahok na atrophine. Pinatibayan ito ng autopsy report na kinapapalooban ng mga ulat ng pathologist at ng isang chemical expert.

Unang araw pa lang ng pagdinig sa kaso, siksikan na ang tao sa salas ng hukom na may hawak nito. Maging sa labas ng korte ay hindi magkamayaw ang mga taong gustong makita si Dr. Rufo Laluna, ang nasasakdal, at si Cara Laluna-Vera, ang naghabla.

Maraming-maraming reporter ng iba't ibang dyaryo, mga radyo at telebisyon. Hinihintay nila ang pagdating ng mga protagonista sa courtroom drama na inaasahang magiging pinaka-sensational na balita ng taon. Hindi mabilang ang mga photo at video camera, at mga tape recorder na katulong sa pagrerekord ng magiging takbo ng kaso.

Dumating ang mag-asawang Cara at Edwin kasama ang abugado ng mga Vera na kabilang sa panel ng prosecutors. Pinagkaguluhan sila ng mga reporter kasabay ng kislapan ng kamera ng mga potograpo. Gumiling din ang mga kamera sa pelikula.

Halos yakapin ni Edwin si Cara na para bang ipinagsasanggalang sa daluhong ng mga bwitre sa balita at tsismis. Hindi nila pinansin ang mga tanong ng mga reporter at hinawi nila ang sumalikop sa kanilang nagsasalimbayang mga kamay, mga tape recorder at mikropono, mga tao, at tuluy-tuloy sila sa loob.

Dumating si Dr. Rufo Laluna na sakay ng isang kotse na may kakomboy na dalawang mobile unit ng mga pulis. Bumaba siya ng sasakyan kaagapay ang abugado ng mga Laluna.

Sing-init ng pagsalubong kina Cara at Edwin ang naging pagsalubong sa kanila ng mga mamamahayag. Sila'y pinagkukunan ng litrato, video, inulan ng mga tanong, at halos dumugin para makapiga sa kanila kahit ilang kataga lang.

Isiniksik nila ang kanilang sarili sa gitna ng malaking pulutong na iyon ng mga tao at makapagpapasalamat na sana sa Diyos na sila'y nakapasok nang buo pero sila'y nagulat sa dami rin ng tao sa loob!

MAINIT na mainit sa courtroom. At si Dr. Rufo Laluna ay nakaramdam ng pagkasikil sa tindi ng alinsangan. Mula sa upuan niya, tanaw na tanaw niya ang mag-asawang Cara at Edwin sa harap ng mesa ng prosecution.

Unat na unat ang katawan ni Cara sa pagkakaupo. Nakaangat ang mukha at nakaharap sa lugar niya sa mesa ng depensa at parang hindi siya nakikita nito.

Pinahahanga siya ni Cara. Sa gitna ng maraming taong iyon, matatag na nadadala nito ang sarili. Ipinasya nitong lumaban at desidido itong magwagi.

Ibang-iba si Cara sa ina nitong si Sofia. Naiisip ni Dr. Laluna ngayon na siguro nga'y kilala ni Cara ang mundong kinaruruonan nito. At hindi ito natatakot na harapin ang mundong ito kahit makulapulan siya ng gaano man kalaking batik ng kahihiyan sa kanyang pagkatao.

Bigla'y naitanong niya sa sarili kung handa rin siyang tulad ni Cara. Alinsangang-alinsangan siya at ginigitian ng butil-butil na pawis sa mukha. At luminaw-lumabo ang mga mukhang nakapalibot sa kanya.

NAGHARAP ng ilang character witness ang abugado ni Dr. Rufo Laluna. Ang isa'y isa sa mga propesor niya sa medisina, isa ring respetadong manggagamot. Para magpatibay sa talino niya sa pag-aaral. Nagtapos siya sa kolehiyo ng medisina nang may karangalan at kabilang sa mga nanguna sa medical board exam.

Isa naman ay nasa pamunuan ng Philippine Medical Association. Inilahad nito sa korte na siya ay myembro in good standing ng nasabing samahan ng mga duktor.

Ilan ay hinugot sa kanyang mga pasyente na mula sa respetadong mga pamilya. Para patibayan na mahusay ang kanyang medical practice at iginagalang siya ng kanyang mga pasyente mismo.

Gustong patunayan ng defense counsel na si Dr. Laluna ay isang mahusay at kagalang-galang na duktor. Ibig sabihin, hindi niya magagawa ang paratang na pagpatay lalo't kakasangkapin niya ang kaalaman niya sa medisina. O kung sakali mang ginawa nga niya ang pagpaslang, tiyak na mayruon siyang makatwirang mga dahilan.

Hindi niya namalaya'y tinatawag na siya sa witness stand. Kung hindi pa siya nilapitan at diretsong sinabihan nang pabulong ng kanyang abugado, hindi niya malalaman.

Nang tumayo si Dr. Rufo, nagkislapan ang mga kamera at ang liwanag ay humaplit sa kanyang mga mata at nagbigay ng kirot sa kanyang ulo. Napataas pa ang kanyang mga bisig na wari ba'y tangkang ipagsanggalang ng mga ito ang mga mata't mukha niya.

Bago siya naupo, tulad ng kalakaran ay pinasumpa siya at siya'y sumumpa to tell the truth and nothing but the truth! at patnubayan nawa siya ng Diyos.

Bago siya ibigay ng kanyang abugado sa prosecution, tinanong siya nito kung bilang manggagamot ay pinahahalagahan niya at itinataguyod ang Hippocratic Oath.

"Tulad ng inaasahan sa lahat ng mga duktor, oo," sagot niya.

Memoryado ba niya sa puso ang sumpa? Oo. Pwede ba niyang bigkasin ito sa harap ng korte? Binigkas niya ang Hippocratic Oath.

Iniwan na siya ng kanyang abugado. Pumalit dito ang abugado ng prosecution, ang abugado ng mga Vera.

"Memoryado mo ang Hippocratic Oath, Dr. Laluna... ang sumpa't alituntunin ng mga manggagamot. Gusto kong ulitin ang tanong kung memoryado mo nga sa puso ito, Dr. Laluna."

"Oo, memoryado ko ito sa aking puso."

"Sa arraignment, you entered a plea of not guilty, Dr. Laluna. Do you mean it in your heart—your plea of not guilty, Dr. Laluna?"

"Yes , I mean it in my heart that I am not guilty."

"Bago umupo sa kinalilikmuan mo ngayon, Dr. Rufo Laluna, you swore to tell the truth and nothing but the truth. Do you really swear to that pledge of being truthful to this court, Dr. Laluna?"

"I do."

"Now, tell this court the truth and nothing but the truth, Dr. Rufo Laluna. Did you, or did you not, kill Sofia Laluna?"

Hindi siya makasagot.

"Inuulit ko, Dr. Rufo Laluna. Sabihin mo sa hukumang ito ang katotohanan at buong katotohanan—pinatay mo ba o hindi si Sofia Laluna? Hinihintay ng korteng ito ang katotohanan mula sa 'yong bibig, Dr. Rufo Laluna!"

Tumatagaktak sa pawis ang mukha na umunat si Dr. Rufo sa pagkakaupo, bago nagsalita: "Pinatay ko si Sofia. Pinatay ko ang aking kapatid na si Sofia Laluna!"

Biglang umugong ang usapan sa buong hukuman. Nagsimula sa mga anasan at nauwi sa malalakas, hayagan nang mga salitaan.

Tapos na ang pagdinig. Inamin na ng akusado ang paratang. Pinatay nga niya si Sofia. Pinatay ni Dr. Rufo Laluna ang kapatid niyang si Sofia!

Nagkagulo ang mga potograpo sa pagkuha ng larawan ni Dr. Laluna na ang mukhang tagaktak sa pawis ay kuyumos ng masidhing kirot.

Ilang ulit na ipinukpok ng kagalang-galang na si Hukom Barredo—eksperto sa criminal law—ang gavel upang patahimikin ang korte.

Opensiba na ang abugado ng prosecution: "Now, tell this court, Dr. Rufo Laluna, kung bakit at paano mo pinatay ang kapatid mong si Sofia Laluna!" dumagundong ang boses nito sa apat na sulok ng hukuman.

"Y-yes... yes! Let's get it over and done with, Cara!" nakatanaw siya sa pamangkin na parang natulingag sa napakabilis na pag-amin niya. "All our dirty linens in public now... all the skeletons out of our closets!"

"Hinihiling ko sa hukumang ito ang pagpapaliban sa testimonya ni Dr. Rufo Laluna!" halos sigaw na kahilingan ng kanyang abugado. "Ang kliyente ko'y wala sa wastong..."

"Alam ko ang sinasabi ko, Attorney. Alam ko ang lahat ng gusto kong sabihin sa hukumang ito!"

Ipinukpok muli ng hukom ang gavel. "Magpatuloy ka, Dr. Laluna..."

"M-mahal ko si Sofia, ang aking kapatid. Mahal ko s'ya kaya ko s'ya pinatay."

Tahimik na tahimik ang hukuman. Iyong klase ng katahimikang wika nga'y maririnig mo ang tunog ng bagsak ng karayom.

"Si Sofia, nang magsimulang magkulong sa kanyang kwarto, ay para na ring ipinasok ang sarili sa isang nitso. Buhay pa nga siya, humihinga, pero ang tutuo'y patay na s'ya no'n pa. Patay na siya sa anupamang buhay, tunog, kulay, sa kanyang paligid. Isinara na n'ya ang sarili sa mundo.

"Psychotic depression ang sakit ni Sofia. Wala siyang kapayapaan kahit sa kanyang pag-iisa. Alam kong binabangungot s'ya kahit gising. Alam kong m-minu-multo s'ya maging ng sarili. A-anong klaseng buhay iyon kung t-tutuo ngang buhay pa ang aking kapatid?

"N-naaawa ako sa 'king kapatid k-kaya ko s'ya pinatay! Mercy killing. W-wala bang nakakaalam nito k-kahit isa sa inyong n-naririto ngayon? Euthanasia... euthanasia!" Hilam na hilam sa luha ang mga mata ni Dr. Laluna, at sa mga paningin niya'y lumalabo, parang natutunaw ang kanyang paligid. At ang mundo'y hindi na gaanong nakakatakot para sa kanya!

Nagpatuloy siya. Tanging ang malinaw sa kanya ngayon ay ang lahat ng nilalaman ng kanyang isip at dibdib na gusto niyang palayain upang maibsan siya—lubusang maibsan na—ng mga isipin at damdaming pumupuno't lumulunod sa kanya!

Euthanasia lamang ang lunas sa wala nang solusyong pagdurusa ng isang tao. Kung siya—si Dr. Rufo Laluna— ang tatanungin, ang clinically dead sa larangan ng medisina na ang kahulugan ay brain death o kamatayan ng utak ay palalawakin pa niya. Para masakop nito ang kalagayan ng hindi na maayos na paggana ng utak. Kasama na ang shrinkage o pagliit nito dulot ng Alzheimer's disease. Ang pagbabalik nito sa kaatrasaduhan tulad ng senility o pag-uulyanin. Pati na ang iba't ibang kaso ng pagkabaliw.

Sinong tao ang hindi magdaranas ng walang pangalawang pagdurusa kung sa kanyang katandaan— kulubot na balat at maputing buhok—ay saka pa siya pagtatawanan ng kanyang kapwa? Kung siya'y uulanin ng pangungutya dahil sa mga kapansanan ng katandaan at paghina ng kanyang utak? Kung siya'y pangingilagan at katatakutan sa pagtakas ng kanyang katinuan?

Ano'ng silbi ng yaman sa mga taon at karanasan kung pagkuwa'y wala ka nang sentido sa panahon at lugar at ni hindi mo na alam gamitin ang iba't ibang parte ng iyong katawan? Ang mga kalagayang ito ay tahasang pagkutya sa pagkabuhay pa ng isang tao!

Kung mangyayari ang naiisip niyang paglawak pa ng itinuturing na kamatayan sa medisina, wala nang dahilan pa para pagtalunan ang euthanasia o ang pagpatay dahil sa habag. Pwede nang putulin ang lahat ng pinagmumulan ng pangsuhay sa paghinga at tibok ng puso. Pwede nang wakasan ang isang inutil na buhay o ang isang buhay na lubhang mapanganib sa lalong marami pang buhay!

"Oo, p-pinatay ko si Sofia. M-mahal ko ang aking kapatid at... at s-siya'y pinatay ko. K-kasalanan bang pinatay ko ang aking kapatid gayong... g-gayong siya'y m-matagal nang buhay na patay?" Tuluyan nang napahagulgol si Dr. Rufo Laluna.

Nagpatuloy pa rin siya na parang pati ang Diyos ay hindi siya maaawat sa kanyang pangungumpisal: "P-pinatulog ko rin nang mahimbing—para hindi na magising!—si Tita Caring. S-si Tito Esteban... ini... ininiksyunan ko ng mga bitaminang may kasamang hangin sa bawat pagturok para... p-para malunod at malason ang lumiit at inutil na utak n'ya dahil sa Alzheimer's disease.

"Si Tita Caring ay m-mahal ko tulad ni Sofia! P-pero... si Tito Esteban, k-kinamumuhian ko s'ya, kinamumuhian ko s'ya! Ginahasa niya si Sofia! I'm sorry, Cara, but you're a brave girl, aren't you? You're really a brave, brave girl!"

Sa kabila ng pagpigil ni Edwin, tumayo si Cara at lumuluhang sinabi kay Dr. Laluna: "Y-yes... yes, Uncle Rufo! T-tapusin na nating lahat dito ngayon... a-ang lahat-lahat. P-pinatay mo rin ang baby ko... ang precious baby namin ni Edwin, di ba?"

Tumango si Dr. Rufo Laluna. "Oo, Cara. H-hindi Duvadilan o Bricanyl—kung alinman dito ang sinabi ko sa 'yong duktor—ang i-iniwan kong gamot sa 'yo. Cytotec tablet 'yun, gamot sa ulser, na may matinding contra-indication sa pagbubuntis, dahil lumilikha ng masidhing spasm na nagpapalaglag sa bata."

"Pero... b-bakit, Uncle Rufo?"

"N-natatakot ako kung ano'ng kalalabasan ng anak mo! Magpinsan kayo ni Edwin. At... i-ikaw ay anak ni Tito Esteban. Na anak ni Don Urbano sa kaisa-isa niyang anak na si Soledad."

Humahagulgol na naupo si Cara at sumubsob sa dibdib ni Edwin at niyakap ang asawa nang mahigpit na mahigpit.

Marahang tumayo si Dr. Rufo Laluna mula sa kanyang upuan pero bahagyang sumuray pa rin siya. Kumapit siya nang mahigpit na mahigpit sa pasamano ng barandilya ng witness stand. Padukwang na kinausap ang hukom.

"Y-Your Honor, n-nasabi ko na ang lahat... a-ang... l-lahat-lahat." Para na siyang lasing; pati dila niya ay nanlalapad kasabay ng nararamdaman niyang pangangapal ng mukha't panlalaki ng ulo. "N-nasa... nasa inyo na ngayon ang paghatol. H-hindi... hindi ko talaga alam kung ano'ng g-gagawin ko sa 'king sarili n-ngayon... l-liban sa pangatawanan 'to! Di... di tulad ni Lolo Urbano, n-nang magpakamatay si Lola Soledad, nag... n-nagbigti sa kwarto. A-alam 'to ni Mang Hilarion, i-itanong n'yo kay Mang Hilarion! N-nagbig..."

Nagsimulang kumisay si Dr. Rufo Laluna sa gitna ng pagkakagulo ng mga tao sa hukuman. Umaaringking na nagkikisay siya hanggang sa lapag sa ibaba ng silya sa loob ng nababarandilyahang lugar ng mga testigo.

"Uncle Rufo!" tumatakbong pinuntahan siya ni Cara upang saklolohan, kasunod si Edwin, si Dr. Beltran, ang pathologist, ang chemist at ang nagtutunggaling dalawang abugado ng mga Laluna at Vera.

10
May Puso ba ang Batas?

BAGSAK sa ospital si Dr. Rufo Laluna. Sa mga kamay ng kanyang mga kapwa-manggagamot. Pumailalim siya sa pagsusuri ng mga espesyalista sa utak, liban pa sa mga psychiatrist, upang matiyak ang kalagayan ng kanyang utak at pag-iisip.

Ang kasong People of the Philippines vs. Dr. Rufo Laluna, pagkaraan ng una't pinakadramatikong yugto nito sa unang araw ng hearing proper, ay bumagal, at nagtagal sa kapapaliban ng abugado ng manggagamot dahil sa kalagayan nito.

Ipinasok na ng abugado ng mga Laluna ang usapin ng istabilidad ng isip ni Dr. Rufo Laluna. Inaasahan nilang iyon ay magiging mahalagang talakayin sa hukuman dahil papasok ang maraming punto de vista ng mga eksperto.

Si Dr. Rufo Laluna ba'y may bahid ng kabaliwan o tutuo na siyang baliw dahil sa nakababaliw ang kapaligirang kanyang sinilangan, nilakhan at ginugulan ng mahabang panahon ng kanyang buhay?

Sa mga medical findings, ito'y talagang magbubunga ng mahabang pagtatalo sa larangan ng batas at medisina, tulad ng nagaganap na pagtatalo sa larangan ng medisina at batas tungkol sa euthanasia.

Sinusuri pa ng mga espesyalista kung ang mga atake ng pangingisay ni Dr, Rufo Laluna ay sanhi ng cerebral palsy na mauugat sa kahinaan ng sentro ng kanyang nervous system. O epileptic spell—sakit na epilepsy, isang matagalan at paulit-ulit na sakit ng nervous system?

63

Ang manggagamot ba ay may malinaw na sakit sa utak: depression, schizoprenia (pagdadalawa ng personalidad), paranoia (kaisipang may nagbabalak ng masama sa kanya) o baluktot na pagbibigay ng importansya sa sarili, atbp.

Samantalang hindi pa nagwawakas ang kaso sa hukuman na tinabangan nang pabilisin pa ni Cara Laluna-Vera pagkaraang maging malinaw na sa kanya ang buong katotohanan, si Dr. Rufo Laluna naman ay nasa mabuting kamay ng kanyang mga kapwa-duktor.

Si Dr. Rufo Laluna ay dinadalaw ng mag-asawang Cara at Edwin sa suite nito sa isang pribadong ospital.

Sa unang pag-uusap ng magtiyuhin pagkaraan ng pangyayari sa korte, na gumimbal sa lahat at isinalaysay ng media na para bang hindi na matatapos, ay nag-usap sila ng puso sa puso.

"Hindi ko na makakalimutan, Uncle Rufo, ang ginawa mo hindi lang kay Mama at sa aking anak, kundi ang pati na sa iba pa. Pero ako naman ang may gusto na malaman ko ang lahat ng iyon. Kung isusumpa kita at ang iba pa, para na ring isinumpa ko ang aking sarili.

"Ginusto kong malaman ang malagim na katotohanan at iniisip ko ngayong mas grabe ang bahagi mo duon kaysa akin—parte ka sa kalagiman ng katotohanang iyon sa ating angkan! Kung nagagawa mong pakipamuhayan ang 'yong sarili, why can't I live with myself? 'Andito naman si Edwin at lagi kong katuwang para madala ko nang mahusay ang buhay!"

"Matapang ka, Cara, hindi ka babaliwin ng klase ng ating pinagmulang angkan! Matapang din ako; pero hindi ko tiyak kung makakaya nga ng konsensya kong madala nang mahusay ang mga krimeng nagawa ko, lalo na sa mga mahal ko sa buhay."

"May malinaw kang dahilan kung bakit mo ginawa 'yun, Uncle Rufo. Panghawakan mo nang mahigpit ang mga dahilan mo para hindi ka mabaliw. Pero magkunwari kang baliw para hindi ka bumagsak at mabulok sa bilangguan! Ayaw ko ring maging gano'n kamiserable ang mga huling taon ng buhay mo, Uncle, honest!"

"Pero kung ako'y hindi tutuong baliw, siguradong mababaliw ako kapag sa mental hospital ako bumagsak!"

"Nanakawin ka namin duon ni Edwin!" tawa sa kanya ni Cara. "Pero h'wag na nga nating pag-usapan ang tungkol sa kabaliwan. Ang pag-usapan natin ay ang mga plano namin ni Edwin."

"A, aaa! Don't tell it to me now, never again!"

"Pero matigas ang ulo ko, di ba, Uncle Rufo? Sasabihin ko pa rin sa 'yo. Mag-aanak kaming muli ni Edwin—pero hindi na ikaw ang duktor na kukunsultahin namin. Ni tubig mula sa 'yo ay hindi ko iinumin!"

Napahalakhak si Dr. Rufo Laluna.

"Kayo ang bahala. Palagay ko'y alam n'yo na ang gusto n'yo sa buhay. At kaya n'yong dalawa kahit pa magresulta iyon sa mapaklang bunga o bugok na itlog!"

"At hindi naman mabubugok ang lahat ng itlog; hindi rin magiging mapakla ang lahat ng bunga, di ba, Uncle?

"Hindi nga. Dapat na gano'n ko inisip 'yun. Hindi mapakla o bugok ang Lolo Gonzalo at Lola Mercedes mo, Cara. Kung hindi sila namatay... pero sabi mo nga pala'y h'wag na nating pag-usapan ang nakaraan."

"Ano'ng gusto mong gawin namin ni Edwin para sa 'yo, Uncle Rufo?"

Nag-isip saglit si Dr. Rufo Laluna, bago: "Pagiba n'yo na ang lumang bahay. At patayuan ng bago. Duon n'yo buuin ang inyong pamilya. Isang masayang pamilya ang buuin n'yo mula sa guho ng dati'y maharlikang bahay ng mga Lalunang iginupo ng bukbok at anay! Will you do that for me, Cara... Edwin?"

"Pero pa'no ka na, Uncle Rufo? Pag labas mo ng ospital, sa'n ka tutuloy?"

"Ayoko nang magbalik do'n ngayon. Kukuha 'ko ng sarili kong lugar."

"Pero pag buo na ang aming masayang pamilya, uuwi ka rin do'n, Uncle Rufo?"

"Kung iimbitahin n'yo 'ko, oo. Oo, Cara! Ibig kong makipaglaro sa 'king mga apo!"

"Iniimbita ka namin, Uncle Rufo. Punta ka kapag nakadalawang anak na kami ni Edwin."

"Ang tagal-tagal naman no'n!"

"Kailangan namin ni Edwin ng sapat na panahon. Kasi, pa'no kang makikipaglaro sa mga anak namin nang hindi namin maiisip na... na pinatay mo ang sana'y unang apo mo!"

Naging matapat lang si Cara, alam niya, sa paghahayag ng nasa isip nito't pakiramdam. Pero para pa ring pinaluka sa ulo si Dr. Rufo Laluna. Ang kirot, sa pakiramdam niya, ay solido at mahahawakan niya. Pero nang tutupin niya ng mga kamay ang ulo'y napasigaw siya sa sakit—ayaw pahawak ang solidong kirot na parang buhay na pumipintig!

MAY PUSO ba ang batas?

Sa hinaba-haba man daw ng prusisyon ay sa simbahan din ang tuloy. Sa itinagal-tagal ng kaso ni Dr. Rufo Laluna na umabot ng kung ilang taon, nagwakas din ito at ibinaba ng korte ang hatol. Sa gitna ng maraming tao sa loob at labas ng hukuman na pinagdausan ng pinakahuling pagdinig, ibinaba ang hatol.

Not guilty. Pa'no magiging guilty sa kanyang mga krimen ang isang baliw?

Si Dr. Rufo Laluna sa harapan ng mesa ng depensa ay parang walang narinig. Nakamulagat lang siya sa kawalan na parang walang mga tao sa kanyang paligid. Madidilim ang kanyang mga mata. Malaki ang inihulog ng kanyang pangangatawan.

Si Dr. Rufo Laluna, nang maging pasyente mula sa pagiging duktor, ay wala nang pinagkaabalahang iba pa kundi ang pag-iisip ng kanyang sariling sakit kaugnay ng kanyang mga nagawang pagpatay.

Habang sinusuri ang utak niya ng mga espesyalista sa nervous system at sa pinakasentro nito, nginangatngat siya ng pag-aalalang baka may makitang butas o bukol o mga tanda ng pagkalason sa utak niya. At hindi miminsang nangisay siya sa paghihintay sa magiging resulta ng X-ray o scan at iba pang mga pagsusuri.

Habang nakikipag-session siya sa mga psychiatrist, nakukompronta niya ang posibleng mga demonyo niya sa sarili. Si Sofia, ang kanyang kapatid. Hindi kaya pinag-ukulan niya ito ng isang pag-ibig na higit pa kaysa pagmamahal lamang sa isang kapatid? Pwedeng may kasamang selos ang kanyang pagkamuhi sa kanyang Tito Esteban, kaya ipinalasap niya rito ang isang klase ng brutal, inut-inot na kamatayan. Unti-unti niyang nilason ang utak nito!

Hindi kaya ang anak ni Cara ay simbulo ng anak na hindi niya magagawa? Ginawa kaya siyang impotente ng lahat ng takot na ibinigay sa kanya ng mga nangyari sa kanyang angkan? O may nadarama siyang damdaming-ina para sa pamangkin, o para sana sa magiging unang apo niya: mga palatandaan ng isang tulog na homosexu-ality o pagkabakla?

Hindi ba phallic symbol ang mga heringgilyang pangunahing kasangkapan niya sa kanyang mga krimen? Ibig sabihi'y nangangayupapa siya sa kapangyarihan ng kasarian ng lalaki na wala sa kanya; kayat inilagay niya ito sa ibang bagay—tulad ng heringgilyang mahalagang gamit sa kanyang propesyon: sa pagbuhay sa kanyang mga pasyente at pagpaslang sa kanyang mga biktima?

Masyadong marami ang mga iyon—ang mga potensyal na demonyo niya sa sarili—at hindi niya nahuli ang lahat sa mga buntot upang ipagwagwagan sa kabi-kabila para magapi. Ang mga iyon ay parang mga bangungot na dumistorbo sa kanya.

O siguro, iyon ang tinatawag na konsensya. Konsensyang nagpapahirap at ayaw magpatahimik sa kanya.

Si Sofia ay pinatulog lang niya nang mahimbing, katulad ni Tita Caring. Si Sofia ay hindi rin pala magkakaruon ng kapayapaan sa kanyang kamatayan.

Si Sofia ay dinala sa morge at duon ay pinaghiwa-hiwa nang walang pakundangan: awtopsiya! Pati utak nitong nananahimik na, pagkaraan ng isang marawal na buhay, ay hindi rin pinasintabian. Binusbos ito ng malulupit na mga instrumentong humiwa makalampas sa hairline paarko sa dakong mga sentido at sa likod ng mga tainga; at ang balat ng buong mukha nito'y marahas na tinuklap pababa at inipon sa may leeg na parang hinubad lang na maskara.

Tinusok ang mga ugat nito upang hanapin kung may thrombosis o pamumuo ng dugo. At dahil wala, tiyak na naligo sa sariling dugo—sa likidong dugo—ang buong mukha't katawan ni Sofia kahit ito'y patay na: dahil hindi nga tutuong namatay ito sa apoplexy o stroke para mamuo ang dugo nito sa mga ugat ng utak!

Ginalugad nila ang bawat liha ng utak ni Sofia, alam niya, at halos mamilipit siya sa isipin kung gaano kalaking paggambala iyon. Isang malupit na paglabag sa katahimikan ng isang namayapa!

Ang utak niya'y isang simbolo na lang ng buhay at hindi na bahagi ng buhay mismo.

Hindi na makapag-uutos iyon na siya'y lumuha at sumigaw sa pagtutol habang sinasalakay ito mismo ng malulupit na kamay at mararahas na instrumento.

Hindi na siya maaanyayahang ngumiti ng wala nang buhay na utak niya. Hindi na kahit sa alaala man lang ng kanilang mga magulang at niyang nagmamahal na kapatid—dahil kung patay na ang kanyang utak ay bangkay na rin ang lahat ng mga alaala, pati na ang pinakamaririkit na gunita!

A, Sofia, ano'ng ginawa ko sa 'yo? Kapatid ko, anong kalupitan iyong pinagsadlakan ko sa 'yo?

Sa iyong kabaong, Sofia, ay iniyakan ka ng iyong anak dahil buo pa ang iyong mukha, gayong isa na lang itong maskarang wala nang laman sa loob kundi ang iyong bungo, kaunting laman sa iyong mukha, at mga gasa bilang utak!

Sofia, iniyakan ka ng lahat ng nagmamahal sa 'yo. Hindi nila alam na ang iniyakan nila'y isang mukhang maskara na lang, isang katawang pulos damit ang tiyan, mga bituka'y mga gasa, atay, apdo't mga baga ay mga gasa, at... maging puso'y gasa na rin lang!

Sofia, patawarin mo 'ko. Patawarin mo 'ko, Sofia, kapatid ko! Ang gusto ko lang nama'y humimlay ka na sa kapayapaan. Pero ang nangyari'y ginambala nila't hinalukay ang buo mong katawan; at inalis nila ang mga laman mo pati na ang dalawang pinakamahalaga sa lahat na lumilikha ng pagkakaiba ng tao sa hayup: ang iyong utak at puso!

Sofia. Sofiaaaa! Lumao'y sumisigaw na siya sa pagtawag at paghingi ng kapatawaran sa kapatid habang nawawala siya sa kagubatan ng kanyang sarili.

PAGKARAANG maibaba ang hatol, kaagapay si Edwin ay nilapitan si Dr. Rufo Laluna ng kasalukuyang nagdadalantao na namang si Cara.

"I'm sorry, Uncle Rufo," marahan, halos usal na parang dasal na sinabi ni Cara. "Hindi natin gustong mauwi sa ganito ang lahat. Maniwala ka sanang hindi namin gusto ni Edwin na magkaganyan ka." At gumalaw ang isang kamay ni Cara at masuyong humaplos sa magulo niyang buhok ang mga daliri nito.

Pinipipil ang mga luhang mabilis nang tumalikod si Cara at alalay na inilayo siya ni Edwin.

Nanatili pa ring nakamulagat lang sa kawalan si Dr. Rufo Laluna. Parang walang narinig. Parang hindi niya naramdaman maging ang haplos ng kamay ni Cara Laluna-Vera sa kanyang buhok. Ni hindi na kumukurap ang kanyang mga mata kahit magkislapan ang mga kamera ng mga potograpo. Hindi na umiiral ang mundo sa labas ng kanyang sarili!

Rx Death. Reseta ng kamatayan mula kay Rufo Laluna, MD. Ang preskripsyon ay nakaukol din sa kanyang sarili. Siya ngayon ay isang buhay na patay.

Ang pagkabaliw—siya na rin mismo ang maysabi nuon—ay isang uri ng nauunang kamatayan kaysa sa pangwakas na kamatayan ng isang tao.

Pinapraktis ba sa mga mental hospital ang euthanasia? Ang lobotomy—isang operasyon kung-saan ang isang lobe ng utak ay hinihiwa sa sentro o paayon; ginagawa ito sa mga mental patient upang payapain ang mga ito—ay isang uri rin ba ng euthanasia dahil nililikha nitong gulay hanggang sa mamatay ang isang baliw?

Ibang istorya na kung ano ang mangyayari kay Dr. Rufo Laluna sa Mental Hospital o sa basement ng isang primera klase at pribadong ospital.

Pero ang pagkabaliw ni Dr. Rufo Laluna, ang pangunahing tauhan ng ating kwento, ay isa nang trahedya. Ganito nagwawakas ang buhay ng isang tragic hero, ng isang antihero—walang ingay, wala ni anumang kuskos-balungos, ni kapiyangot na daing, wala; wala liban sa nakababalisang katahimikan.

✳

RITWAL

�✗

1

Nagdurugo ang
Puso ng Birhen

SA BARYO Ilang ay kay-agang gumabi. Pagsuksok ng araw sa kabila ng mga bundok, madilim na agad sa Ilang. Sa dilim ay anong lungkot sa baryong ito sa gilid ng kabundukan—sa bunganga ng kagubatan.

Pagkalat na pagkalat ng dilim, magsisiyapan ang mga kuliglig. Hahagok ang mga kwago, kakakak ang mga kalaw at kakatsang ang mga unggoy—kasaliw ang iba pang samutsaring mga huni't tunog ng iba't ibang ibo't insektong gubat. Magpaplapplapan sa hangin at sa mga daho't sanga sa gubat ang ga-dipang mga pakpak ng malalaking paniki.

Magsisindi ng kanilang mga gasera ang mga taga-Ilang—kung hindi pa nasimutan ng gas ang mga ito. Walang tindahan sa Ilang at isa-dalawang kilometrong lakarin ang pinakamalapit na baryong may tindahan.

Sa pagdating ng gabi, kasabay na lumalakas ang hanging nagpapakurap o tuluyang pumupugto sa aandap-andap na mga ilaw ng gasera sa kabila ng karton o latang pananggalang sa mga ito. Hinuhutok ng hangin ang mga kawayan sa kabi-kabila, pinasasayaw ang mga puno at pinapaalit-it ang mga sangang nagpapahishis sa nagkikiskisang mga dahon.

Sa paglalim pa ng gabi, mula sa pusod ng gubat ay aalulong ang lalaking usa sa pagtawag ng isang babaing usa na makakatalik sa magdamag. Ang alulong ay walang pinag-iba sa panaghoy ng aso na para sa marami'y nangangahulugan ng kapahamakan o kamatayan—at nakapagpapatindig sa balahibo ng nakakarinig.

Sa paikpik na katahimikan ng gabi, mauulinigan ng sinumang may matalas na pandinig maging ang ingay ng paghahamok ng isang baboy-ramo at isang kobra o sawa. Umaatungal ang baboy-ramo at humihishis ang ahas. Nadadapurak ang mga tuyong daho't nababasag ang mga tuyong sanga. Yumayanig ang mga puno't natatambol ang lupa ng mga katawan ng dalawang hayop na naghahamok.

Ang alingayngay ng paghahamok ay uulit-ulitin ng mga sahig na kawayan ng mga kubo na kinahihigan ng mga taga-Ilang. Mga sahig na kawayang parang mga kwerdas ng kakaibang instrumento ng musika na iniaalingayngay ang malagim na musika ng gabi at gubat; ang ingay ng paghahamok ng baboy-ramo't ahas, hagok ng kwago't kakak ng kalaw, katsang ng unggoy at alulong ng usa, siyap ng kuliglig, plapplap ng paniki, pagaspas ng hangin, hutok ng kawayan, sayaw ng puno, alit-it ng sanga't dahon—isang itim na simponya ng gubat sa gitna ng kadiliman ng gabi.

Isang gabing katulad nito, kasabay ng hagok ng kwago, kakak ng kalaw at katsang ng unggoy, narinig ng mga taga-Ilang ang malakas na palahaw ng paggibik ni Na Onchang.

"Ano 'yun, ano 'yun?"

"Si Na Onchang. Tumatawag si Na Onchang!"

"Ano'ng nangyari? Ano'ng nangyari?"

"Lintek, e, ba't mo sa 'kin tatatanungin? Heto't pareho lang tayong narito!"

"Naku, baka nilusob ng kapre mula sa gubat ang kubo ng mag-inang Onchang at Gido! Kung bakit naman ang nasirang Andoy e du'n sa bunganga ng gubat nagtayo ng kubo, e!"

"O baka si Gido'y nalapang na ng malaking baboy-damo!"

"O siguro'y inengkanto nang talaga ng gubat si Na Onchang!"

"Ku, e 'alang mangyayari kung di natin aalamin kung ano talaga'ng nangyari. Tayo na, tayo na!"

PADUHAPANG na nakadapa si Na Onchang, nakadipa ang mga braso, sa harapan ng imahe ng Nuestra Señora del

Corazon—na nakalantad sa dibdib ang pusong nakukoronahan ng mga tinik at ang puso'y nagdurugo—at ng anak na si Gido. Nanginginig ang buong katawan at nananangis. Hindi pansin ang pagdaratingan ng mga kababaryong may dalang mga sulo ng tinilad na tuyong kawayan.

"Na Onchang! Na Onchang?"

Bumalikwas nang bangon si Na Onchang mula sa pagkakadapa. Katal ang mga kamay na itinuro sa mga kababaryo ang imahe ng Nuestra Señora del Corazon at ang apat-na-taong-gulang na anak na si Gido.

Napatingin ang lahat sa imahe ng birhen at pati na sa batang si Gido.

"Bakit, Na Onchang? Ano'ng mero'n sa birhen?"

"Mga bulag ba kayo't di n'yo nakikita? N-nag... nagdurugo ang puso ng birhen!" Nanginginig pati boses ni Na Onchang.

"Di ba't talaga namang nagdurugo ang puso ng birhen, Na Onchang?"

"H-hindi ng... ng tunay na dugo! N-ngayo'y nagdurugo ito ng... ng t-tunay na dugo! H-hinaplos ng... ng mga k-kamay ng anak kong si Gido ang nagdurugong puso ng... ng b-birhen, at n-nag... n-nagdugong t-talaga 'to! T-tingnan n'yong m-mga kamay... ng... ng aking anak... d-duguan, d-duguan ang mga kamay ng anak kong si Gido! D-duguan ng... ng d-dugong mula sa... sa puso ng birhen!"

Natulala ang lahat sa imahe at sa batang si Gido.

Hindi nakatiis ang isang babae at marahang-marahan, halos ayaw gumawa ni katiting na kaluskos, na nilapitan ang birhen at payukong tiningnan ang nakalantad na puso niyon. Pagkuwa'y lumipat ang tingin sa nakalahad na mga kamay ni Gido. Napatili ang babae at nalugmok na walang-ulirat sa harapan ng Nuestra Señora del Corazon at ng batang si Gido.

At isa pa. Na hindi nawalan ng malay na tulad ng nauna pero bigla namang tumirik ang mga mata sa bubong na kugon ng kubo—na para bang iyon ay langit! At umusal ng dasal na Aba Ginoong Maria.

Ang ikatlo'y napaluhod na hawak ang may-dugong maliliit na kamay ni Gido at paulit-ulit na hinagkan ang mga iyon. Nang mag-angat siya ng mukha'y biglang ang tingin ng lahat ay naging mga talulot ng rosas ang kanyang mga labi!

At ang nakakarami'y nagsiluhod na rin tulad ng naunang lumuhod. At ilang sandali pa'y namumuno na sa dasal ang buong kubo ng mag-inang Na Onchang at Gido. Hanggang sa labas ng kubo'y nagsiluhod sa lupa ang iba pa at umusal ng dalangin.

Ang mga dasal ng mga taga-Ilang para sa "naghimalang" imahe ng birhen at sa "pinaghimalaang" anak ni Na Onchang na si Gido ay sumanib sa hangin, hagok ng kwago, kakak ng kalaw, katsang ng unggoy, siyap ng kuliglig... at inialingayngay ng mga sahig na kawayan ng bawat kubo!

KAILANGANG makapagpahinga na si Gido, ang kanyang anak—sinabi ni Na Onchang sa mga kababaryo pagkaraan ng halos makapupong ulit na ng dasal ng mga ito at nang mahimasmasan na ang babaing hinimatay.

Bata pa si Gido at kailangang pangalagaan ang lakas at kapangyarihang ibinigay sa kanya ng birhen. Si Gido, kahit bata pa, ay makakatulong na ni Na Onchang sa kanyang panggagamot sa mga kababaryo at iba pang nandarayuhan sa Ilang para magpagamot. Kailangan na ni Gidong makakain at makapagpahinga.

Pagkaalis ng mga kababaryo'y itinuloy na ni Na Onchang ang pagluluto ng kanilang hapunan sa kusina. Habang pinakukuluan sa mga murang dahon ng sampalok ang manok na kinatay kangina, natutuwang naisip niya na sigurado na ang kinabukasan ng kanyang anak.

Si Andoy, ama ni Gido, dala ang ripleng pangaso ay nagpunta sa gubat para manguha ng mga ugat at dahon at iba pang kailangan nito sa panggagamot. Hindi na nakauwi si Andoy. Wala nang nakaalam ng tunay na nangyari sa kanya sa loob ng kagubatan.

Nahulog ba si Andoy sa isa sa mga hukay na bitag na may paing matutulis na sibat na gawa ng mga katutubo? Sa gubat na iyon nangangaso't naghahanap ng iba pang makakain ang mga katutubo nuong araw—bago nagsilikas ang mga ito sa higit na mataas na mga bundok, sa lalo pang malayong mga gubat,

Nilapang kaya si Andoy ng isang malaking-malaking baboy-ramo? Na siguro'y binaril nito at hindi napatay, nanlaban at sinungkal siya ng matutulis na pangil.

O baka si Andoy ay nilulong buung-buo ng isang dambuhalang sawa?

O siguro'y nakatuwaan ng kapre sa gubat si Andoy— pinaglaruan hanggang magkalasug-lasog ang mga buto't laman?

O basta simpleng si Andoy ay inengkanto ng engkantadong gubat—mahigpit ang paniniwala ng mga taga-Ilang at ng buong bayan ng Santo Sepulcro na ang gubat ay engkantado—at si Andoy ay ginawang puno, hayop, insekto o nuno sa punso.

Si Andoy naman kasi, ang lakas-lakas ng loob na pumasok sa engkantadong gubat na iyon kahit nag-iisa, 'ayun tuloy ang nangyari!

Pero si Na Onchang, nang tanggapin na ng buong Ilang na wala na nga si Andoy at hindi na makababalik pa, ay ganito ang naging pahayag:

Isang gabi'y nagpakita sa 'kin si Andoy. H'wag ko raw s'yang iyakan dahil siya'y kasama na ng mabubuting ispiritu na pinagpala ng Diyos. Hinawakan niya 'ko sa mga kamay at sinabing ituloy ko raw ang kanyang panggagamot at pagpapalain ako ng mabubuting ispiritu na kinabibilangan n'ya at ng milagrosang birheng nagdurugo ang puso! Si Andoy ay laging kapiling ko sa patuloy na panggagamot n'ya sa inyong lahat sa pamamagitan ko!

Naghahain pa lang si Na Onchang ay nakadulog na agad sa mesa si Gido. Inilagay agad ni Na Onchang sa pinggan ng anak ang paborito nitong dugo ng manok at mga lamang-loob. Pinagpawisan sa pagkain ang kaisa-isa niyang anak sa ulam na ibinayad sa kanya ng isang nagpagamot kanginang umaga.

Busog na busog si Gido. Makakatulog ito nang mahimbing. Hindi ito didisturbuhin ng gutom at ng nakakatakot na mga tunog ng gabi at gubat sa buong magdamag.

ANG "HIMALA" ng birhen kay Gido ay halos hindi nagpatulog sa mga taga-Ilang, Sa halip na magtalik ay pinagkwentuhan ito ng mga mag-asawa sa higaan. Ito pa rin ang paksa ng usap-usapan nang mag-umaga at sa buong maghapon. Hanggang ang istorya'y lumipat sa iba pang mga baryo at lumaganap sa buong bayan ng Santo Sepulcro.

Habang kumakalat ang balita sa "himala," dumarami ang mga dumarating sa kubo ng mag-inang Onchang at Gido para magpagamot. At kinatulong nga ni Na Onchang ang anak na si Gido sa paggamot sa mga may dinaramdam na gustong maibsan ng kanilang sakit at paghihirap.

Pahiran mo, anak, ng langis na may bulaklak ng rosas ang kanyang tiyan. At papahiran ni Gido.

Bugahan mo, anak, ang dahon ng ikmo bago mo itapal sa kanyang tuhod, at ako ang magtatali. At susundin ni Gido ang ipinagagawa ng ina.

Patuluan mo, Gido, anak, ng kandila ang tubig sa palanggana; pakibasa mo na rin kung ano'ng tingin mo sa mga porma nito sa tubig.

Bugahan mo, Gido, ang kanyang nuo. Hilutin mo ang braso niya. Hipan mo ang kanyang mga mata—tig-apat na beses sa bawat mata sa ngalan ng Diyos Ama, Diyos Anak at Diyos Espiritu Santo, sa pamamagitan ng Inang Birheng May Nagdurugong Puso sa pagmamahal sa mga anak Niya dito sa lupa!

Sa pagtatapos ng maghapon ay marami nang pera, bigas, mga gulay at prutas, mga manok at itlog at kung anu-ano pa ang mag-inang Onchang at Gido na sobra-sobrang bumuhay sa kanila.

Ang kinabukasan sa panggagamot na tulad ng kanyang ama't ina ay sigurado na para kay Gido—duon sa baryo Ilang ng bayan ng Santo Sepulcro, isang baryo sa gilid ng bundok, sa bunganga ng gubat na may imahe ng birhen na nagdurugo ang puso.

2
Santo Sepulcro

SANTO Sepulcro. Nakahandusay na duguang imahe ni Kristo—na nakapaloob sa isang salaming kabaong na kumakatawan sa nitsong pinaglibingan sa kanya—pagkaraang mamatay sa pagkakapako sa krus, ang bayang kinabibilangan ng baryo Ilang ay tinawag nang ganito: Santo Sepulcro.

Sa mga relihiyoso, sasabihing napaka-makahulugan ng pangalang Santo Sepulcro. Na kinakatawan nito ang lahat ng mga ideyal na kinamatayan ni Hesus, Anak ng Diyos: Pag-ibig sa tao. Walang katulad na sakripisyo. Katatagan sa pagiging tao. Walang bahid-dungis na kabanalan. Matibay na pruwebang ang Kristo'y tunay na Anak ng Diyos.

A, kung ang tao'y mabubuhay lang ng buhay ng isang Kristo! Hindi ba't ang tao'y nilikha sa imahe ng Diyos na tulad ng Kanyang anak na si Hesus? At dinala sa sinapupunan ng isang piniling busilak na babae na ituturing na Birheng Walang Katulad at Ina ng Laging Saklolo. Kung mabubuhay lang sana ang mga naninirahan sa Santo Sepulcro sa mga ehemplong nagpako kay Kristo sa krus!

Pero hindi ganito ang iisipin ng mga mapangutya. Sasabihin nilang nang buuin ang naturang bayan ay Biyernes Santo—kung kelan patay si Kristo. Di kasing walang basbas ng langit ang pagkakalikha sa bayang ito na isinadlak sa gilid ng kabundukan sa bunganga ng isang mailap, engkantadong kagubatan. Ang pangalang Santo Sepulcro ay signos ng isang sumpa!

Sasabihin naman ng mga kritiko ng gubyerno sa paraang obhetibo o tahas sa kongkretong mga kalagayan:

78

Ganito kung harapin ng gubyerno ang kanyang mga mamamayan. Walang lupang mabungkal o walang hanapbuhay o walang matirhan—itapon sa Ilang! Para hindi tumunganga lang, kumalat sa kalye o umiskwat sa kahit saang lugar sa lungsod; masakit sa mata, nakakasirang-puri sa gubyerno't bayan, at nagpapahina sa turismo't ekonomya!

Sa ngalan ng proyekto sa relokasyon at rehabilitasyon, itapon sa Ilang! Para mabawasan sa mga sentrong-bayan at kalunsuran ang mga palaboy, pulubi, magnanakaw, manggagantso't kriminal. Itapon sa Ilang at pagbanatin ng mga buto sa pagbubungkal ng pagas na lupa at paghahawan ng puwang sa kagubatan!

Itapon sa Ilang para hindi nakahambalang sa paningin ng gubyerno ang mga yagit na ito ng lipunan at mabunutan ng tinik sa lalamunan ang mga opisyal ng gubyerno at mga pulitiko!

"LUPANG Pag-asa," ganito ang tawag ng gubyerno sa Santo Sepulcro. Nasa ilalim ito ng ahensya sa relokasyon at rehabilitasyon ng mga mamamayang walang lupa, walang hanapbuhay at walang matirhan— kasama na pati mga dating Huk at bilanggo—sa mga sentrong-bayan at kalunsuran.

Walang mangyayari kung magsisiksikan ang lahat sa syudad. Kaylawak-lawak ng kanayunan para sa kabuhayan at pag-unlad. Sipag at tiyaga lang ang kailangan. Narito't inihahain ng gubyerno ang oportunidad. Ang aayaw ay parang tumanggi sa mainit, masabaw at malamang nilaga!

Marami ang tumanggap. Hindi dahil sa tunay na maganda ang iniaalay na oportunidad kundi walang mapamimilian. Ang dalawa-tatlong ektarya ng pagas na lupa ay lupa pa ring masasabing sarili, kaysa lupang pwede lang kaskasin sa swelas ng sapatos o pwedeng ipunin sa paso.

Nagsimulang isang maliit na baryo, naging ilang baryo hanggang maging isang bayan. Binanat nang husto ang pisi ng tiyaga sa puspusang pagbanat sa buto at sipag at sinikap pagbungahin ang pagas na lupa: konting palay, kamoteng kahoy, gulay, saging, at iba pang pantawid-gutom.

Nang magsimulang dumami ang tao sa lugar ng relokasyon, nagpadala ng mga kinatawan ang gubyerno sa lugar na unang pinagkalipumpunan ng mga taong nag-ebakwet mula sa kung-saan-saang lugar. Ang mga kinatawan ng gubyerno ay may kasamang isang pari. Para magmisa at magbigay ng pangalan sa nabubuong komunidad. Santo Sepulcro—ganito tinawag ang bagong bayan. Isang Biyernes Santo nuon, patay si Kristo—at sa ngalan ng pagpapakabanal ng mga tiwali't mapangurakot na mga taong-gubyerno at mga pulitikong takaw-kapangyarihan—pinasinayaan at binasbasan ang bayan sa ilang at tinawag na Santo Sepulcro, ang "Lupang Pag-asa."

Anang retorika ng tagapagsalita ng gubyerno na isang batikang demagogo:

Lupang Pag-asa! Mula sa miserableng buhay ng kahirapan, dito ay magiging luntian ang inyong kinabukasan kasabay ng pagpapalunti ninyo sa lugar ng mga punlang sipag at tiyaga na magkakaloob ng matatamis na bunga para sa inyong ikabubuhay! Mula sa pagiging yagit sa kalunsuran, kayo'y magiging mabubuting mamamayan ng bayan—may ugat, tahanan, pamilya, at lupang pagkukunan ng kabuhayan! Siguro'y mananahimik na ang mga komunistang nagsasabing ang maraming Pilipino'y iskwater sa sariling bayan!

Ganito naman ang sermon ng pari:

Namatay sa krus si Kristo, inilibing, at nabuhay na mag-uli! Tatawagin natin ang inyong lugar na Santo Sepulcro. Ang banal na libingan kung-saan bumangon mula sa kamatayan ang Anak ng Diyos—bumangon sa dakilang pagkabuhay muli, upang katawanin ang walang katulad na kabanalan, pag-ibig sa Diyos Ama, at pagtataguyod sa lahat ng mabuti para sa sangkatauhan!

Dito, sa Lupang Pag-asa, na tatawagin nating Santo Sepulcro mula sa araw na ito, mabubuhay kayong muli mula sa miserableng mga buhay tungo sa buhay ng kabanalan, pag-ibig at progreso. At sa Araw ng Paghatol, kakamtin natin ang Langit!

Pagkatapos na pagkatapos ng pasinaya't pagbabasbas sa bayan ng Santo Sepulcro, nagmamadali nang umalis ang mga kinatawan ng gubyerno at simbahan. Inihatid ang mga ito ng ilang tagaroon, kasama si Andoy—isang dating bilanggo dahil sa pagnanakaw at pagpatay—na sa pag-uwi ay may dalang imahe ng Nuestra Señora del Corazon na handog daw ng pari sa kanya at sa mga taga-Santo Sepulcro.

HINDI na muling dadalaw ang mga taong-gubyerno at kinatawan ng simbahan sa Santo Sepulcro liban na lang kung panahon ng eleksyon o sa araw ng anibersaryo ng pasinaya sa bayan sa ilang.

Sa loob ng mahabang panahon, iisang paaralang may iilang kwarto lang ang naipatayo ng gubyerno sa Santo Sepulcro. At tirahan ng mga titser sa tabi nito. Na hindi rin mapagtiyagaan ng mga gurong napapadpad duon para magturo. Masyadong malayo sa sentro at kulang sa maraming pangangailangan.

Hindi naging tuluy-tuloy—paputul-putol at patigil-tigil—ang pag-aaral kahit sa mababang antas ng edukasyon ng mga batang sa Santo Sepulcro na isinilang. Mga anak ng pag-asawahang dala ng kahirapan ay hindi rin nakaabot ng mataas na antas ng pag-aaral kahit sa pinanggalingang sentrong bayan o syudad.

Ang produksyon ng kabuhayan sa Santo Sepulcro ay nanatiling atrasado. Walang patubig. Ang mga ilog, batis at dalisdis mula sa bundok at gubat ay dumadaloy pababa sa kabila ng kabundukan, hindi sa lugar na kinaruruonan ng Santo Sepulcro. Nangangailangan ng inhinyerya para ang mga tubig na ito ay mapadaloy sa bayang tinawag ng gubyerno na "Lupang Pag-asa." Ang kailangang tubig ay tinutugunan ng ilang poso-artesyano at mga balong hinukay na ng mga nagsilikas duon.

Ang mga instrumento sa produksyon ay primitibo: asarol, pala, bareta, matutulis na dulo ng kawayan at tinulisang mga kahoy. Mas tuyong pananakahan ang nagagawa lang ng mga taga-Santo Sepulcro sa pagas na lupa ng lugar. At panimulang pag-aalaga ng mga manok at baboy.

Kayod-kalabaw na ang mga naninirahan sa Santo Sepulcro ay kapos pa rin ang kabuhayang nadudukal nila sa lugar. Ang gubat sana'y maaaring pagmulan ng karagdagang ikabubuhay pero pinagkakatakutan naman dahil sa paniniwalang engkantado ang birheng gubat. Aywan kung kangino nagmula ito, pero lumaganap na lang ito't sukat sa mga nagsilikas sa lugar.

Si Andoy, sa pangangalaga raw ng Nuestra Señora del Corazon, ang nakapangangahas na pumasok sa gubat. Minsa'y may ilang kalalakihang nangahas mangaso ruon, nagkatakutan nang naruon na, at nagkanya-kanyang takbo at nagkaligaw-ligaw. Dalawa sa kanila ang hindi na nakauwi. Lalong pinagkatakutan ang gubat.

Si Andoy, dahil nga siya lang ang nakapaglalabas-masok sa gubat nang hindi napapahamak, ay itinuring ng mga taga-Santo Sepulcro na "pinili." Lalo't nasa kanya ang imahe ng Nuestra Señora del Corazon na bigay ng pari na nagbasbas sa lugar at nagbigay ng pangalan nitong Santo Sepulcro.

Si Andoy ay papasok sa gubat at makakakuha ng mga kailangan niyang "gamot." Nakakapatay din siya ng mga baboy-ramo at usa. Nakakakuha ng yantok at rattan na naipagbibili niya. Nakakapangahoy ng tunay na kahoy na naibebenta rin. Kung tunay ngang engkantado ang gubat, parang si Andoy ay isang bathalang nasa kalinga nito.

Dahil sa kadahupan ng kabuhayan, maraming nagkakasakit sa Santo Sepulcro. Walang nakatapak sa Santo Sepulcro kahit isang duktor. At si Andoy—na sa sariling pamarali niya'y marunong manggamot—ang itinuring nang manggagamot sa lugar.

Ang lahat ng nagkakasakit sa Santo Sepulcro ay dumaraan sa mga kamay ni Andoy. Mula sa nausog na sanggol at bata, lagnat-laki, hanggang sa katawang "pinasok ng masamang ispiritu o maligno."

Ang pagpapaanak lang sa isang buntis ang labas sa larangan ni Andoy at may ilang hilot sa mga baryo ng Santo Sepulcro na umaatupag dito.

Pero nang ipanganak na ni Onchang si Gido, si Andoy mismo ang nagpaanak sa asawa at nagpalabas sa anak—dahil iyon daw ang ibinilin sa kanya ng Nuestra Señora del Corazon sa kanyang panaginip!

Bakit daw?—tanungan ng mga taga-Ilang at mga taga-Santo Sepulcro. Bakit daw siya ang kailangang magpaanak sa anak nila ni Onchang?

Ang pagkaintindi raw ni Andoy sa bilin ng birhen sa kanyang panaginip ay "banal na mga kamay" lang ang maaaring humawak sa pwerta ni Onchang at magpalabas sa sanggol mula sa sinapupunan nito.

Banal ba ang mga kamay ng isang magnanakaw at kriminal na nabilanggo nang maraming taon? Pero wala namang taga-Santo Sepulcro na nakakaalam sa naging buhay ni Andoy bago siya napadpad sa lugar na iyon.

Ibig bang sabihin ng birhen ay banal ang anak nina Andoy at Onchang?

Wala tayo sa kalagayang magsabi—mapagkumbabang sagot ni Andoy. Wala pang pwedeng magsabi ngayon. Pero isang bagay ang sigurado ko, liban sa 'king panaginip, tiyak na magkakaro'n pa ng senyal mula sa birhen—kung ang aming anak nga ni Onchang ay banal nga't pinagpala!

Pagkaraan ng huling pagpasok ni Andoy sa engkantadong gubat at hindi na nakauwi, nanaginip si Onchang na sinasabihan ni Andoy na nasa piling na ito ng mabubuting ispiritu. Hinawakan pa nga raw niya sa mga kamay si Onchang at nagpahayag na ang asawa na ang magpapatuloy sa kanyang naiwang panggagamot. At si Onchang na nga ang nanggamot mula nuon.

Hindi pa nagtatagal na manggamot si Onchang, heto na ang "senyal" na sinabi nuon ni Andoy: Hinaplos ng batang si Gido ang nakalantad na puso ng birhen at "nagdugo iyon ng tunay na dugong bumasa pa nga sa maliliit na kamay ni Gido," kaisa-isang anak ng mag-asawang Andoy at Onchang!

Iniisip ng mga taga-Santo Sepulcro na siguro nga'y banal at pinagpala ang buong pamilya ni Andoy—mula sa kanya hanggang sa anak na si Gido. Nagsimula iyon mula nang mapasakanila ang imahe ng Nuestra Señora del

Corazon. Kung hindi ba nama'y bakit bukod-tanging sila
ang pamilyang hindi kinakapos sa buong Santo Sepulcro?
Kung hindi ba nama'y bakit makapanggagamot si
Onchang at pati na si Gido?

At pinaniwalaan ng mga taga-Santo Sepulcro na ba-
nal nga't pinagpala ang mag-anak na Andoy, Onchang at
Gido. May nagpakahulugan pa ngang si Hesus, Maria at
Hosep ay muling nagkatawang-tao kina Andoy, Onchang
at Gido.

Siguro'y mapapa-Hesusmaryosep at Santa Maryang
Pecadores—relihiyoso man o hindi—sa ganitong maririnig
na pahayag. Pero ganito nga ang nangyayari sa Santo
Sepulcro at sa mga naninirahan dito.

Dahil sa kulang sa pandesal, pwede na rin ang dasal?
Kung kulang sa edukasyon, dagdagan na lang ng
pananalig? Kung walang makapitan sa daluyong ng mga
problema at kawalang-pag-asa, patangay na lang sa ilusyon
at pantasya—upang makatakas kahit pansamantala?

Sa anu't anuman, malinaw na ang mga naninirahan
sa Santo Sepulcro, sa kabila ng "Lupang Pag-asa," ay mga
biktima pa rin ng kapabayaan ng gubyerno, ng talamak
na pagdarahop at ng kamangmangan, na nagpapalago sa
mga pamahiin at nag-aanyaya sa supernaturalismo at
pantasya.

Santo Sepulcro: pinagpala, o isinumpa?

3

Maestro Gido

LUMAKING mabulas at matipunong lalaki si Gido. Siya lang kasi ang bata sa baryo Ilang at maging sa buong Santo Sepulcro na naging sagana sa karne, gulay at prutas.

Mabulas, matipuno at mataas na lalaki si Gido. Makisig sa kanyang kahabaan at kalakhan. Itim na itim ang unat na buhok, makapal ang mga kilay, masugid ang mga mata at senswal ang punong mga labi.

Mataas sa karaniwan, si Gido'y parang mayabong na punong tinitingala ng kaharap. Ang kayumanggi't batibot na pangangatawan niya'y nagbabadya ng kapangyarihan. Higit pa—may aura ito ng magnetismo ng isang animal. Parang musang na kahit sa mahinay na kilos ay may nakakaakit na kislot ang mga kalamnan. Kahit tahimik lang ay hindi mo masisi-gurong hindi bigla na lang lulundag at mananakmal.

Lumaki si Gidong katulong ni Na Onchang sa panggagamot. Lumaki siyang bihasang-bihasa sa pang-gagamot na naiturong lahat sa kanya ng ina.

Ang mga gamot niya ay mga gamot na pamana sa kanya ng mga magulang. Kakaiba't mahihiwagang gamot na parang matatagpuan lang sa mga primitibong ritwal sa kasukalan o kulto sa voodoo na isinasagawa sa pusod ng mga kagubatan sa Aprika.

Mga batong makikinis na iba't ibang kulay at hugis na mula sa malilinis na batis sa itaas ng bundok. Isinabotelyang dalisay na tubig mula sa bukal sa bato sa loob ng gubat at binasbasan ng birhen.

Iba't ibang ugat, baging, dahon—mula lahat sa engkantadong birheng gubat.

Pangil ng mabalasik na baboy-ramo, sungay ng mailap na usa, bungo't mga ngipin ng unggoy, mga tuyong pakpak ng malalaking paniki, balat ng ahas, bubuli't bayawak, at halos mga uling nang karne ng paniki, usa, unggoy, ahas at bayawak.

Mga kandilang iba't ibang laki, hugis, kulay. Parang kristal na mga tawas na iba't ibang porma't laki; pinulbos na tawas at iba't ibang buto ng hayop.

Pinatuyong mga talulot ng bulaklak—sampagita, ilang-ilang, rosas, atbp. At langis ng dalagang niyog.

Ang lahat ng mga gamot niya'y binasbasan ng birhen sa seremonya sa loob ng gubat tuwing Biyernes Santo na kabilugan ang buwan!

Nang mamatay si Na Onchang ay ipinagpatuloy ni Gido ang panggagamot. Mas mahusay pa siya sa kanyang ama't ina, sabi ng mga taga-Ilang at ng buong Santo Sepulcro.

Tititigan lang ni Gido ang kanyang pasyente at parang namamalikmata ito sa kanya. Iilalim na sa kanyang kapangyarihan at madali na ang paggamot niya at pagbuti ng pakiramdam ng maysakit.

Ang isang batang kinakabagan at nagpapalahaw ng iyak sa paninigas ng tiyan ay ihihiga niya't susupsupin ang hangin mula sa pusod nito. Ang nag-iiiyak na bata—pagkaraan ng ilang sandali—ay natatawa na sa pagkaalis ng hangin o sa pagkakiliti sa senswal na bibig ni Gido sa pusod nito.

Ang mukha ng isang batang may kulebrang-tubig ay bubugahan niya ng usok ng binilot na dahon ng tabako o kaya'y ng nginatang nganga at pagkaraan ng ilang araw ay maghihilom na ang nagtutubig na mga sugat.

Nagdidismenorya ang isang dalaga at pinahihirapan ng sakit ng tiyan at hahaplusin ng mga palad ni Gido ang puson nito. Ang kirot sa mukha ng dalaga'y mahahalinhan ng ngiti at lutas na ang problema sa pagreregularisa ng regla.

Ang rayuma, sakit ng ulo, lagnat ay mga kasong madaling-madali lang para kay Gido.

Ang mga kaso ng "nakukulam" o "namamatanda" ay niriremedyuhan ng kanyang kasanayan sa mahika ng tawas, kandila, suob at aspileng itinuturok sa ilalim ng mga kuko ng "nakukubabawan." Karaniwan nang hindi nakakaabot pa sa "pakikipaghamok" niya mismo nang pisikal sa "masamang ispiritu" sa pamamagitan ng buntot page o ng bastong kamagong.

Si Gido, kalaunan, ay tinawag na *Maestro—Maestro* Gido.

SI MAESTRO Gido ay halos sambahin ng mga taga-baryo Ilang. Ipinagbubungkal ng lupa niya at ipinagtatanim ng mga kababaryo. Ipinaglalaba't ipinamamalantsa ng mga ina't anak na dalaga ng baryo. Ipinagluluto kung hindi man dinadalhan ng luto nang pagkain. Ito'y liban pa sa pera, bigas, mga manok at itlog, biik, mga gulay at prutas, na bayad ng mga pasyenteng ginamot niya.

Ang dating kubo nina Maestro Gido ay hindi na kubo ngayon. Napalitan na ng bahay na tabla't yero. Ang mga materyales ay binili sa kanugnog na bayan at hinakot ng mga taga-Ilang. Itinayo ang bahay ng mga kababaryo ni Maestro Gido.

May darayo sa Ilang para magpagamot at madaling matutunan ang pagpunta sa bahay ni Maestro Gido. Sasabihin lang ng sinumang mapagtanungan sa Santo Sepulcro na iyon ay ang bahay na tabla't yero na natatanaw mula sa malayo—dahil nasa pinakamataas na lugar at halos ay nasa bungad na ng gubat.

Ang panggagamot ay tunay ngang naging kapakipakinabang sa buong mag-anak ni Gido—mula sa kanyang ama't ina, hanggang sa kanya.

Si Maestro Gido ay mukhang lulong na lulong sa kanyang panggagamot. Ni hindi na yata naiisip ang mag-asawa. Kahit na maraming mga babae—dalaga at may-asawa—na nagpapakita ng pagkagiliw sa kanya.

Ito'y lalong nagbigay ng paghanga at paggalang ng mga kababayan kay Maestro Gido. *Siguro nga'y talagang banal at pinagpala ang manggagamot. Siguro'y walang pinag-iba ito sa isang pari—katawang tao pero hindi dapat gawin ang ginagawa ng karaniwang tao. Baka mawawalan ng bisa ang panggagamot niya kapag gumawa siya ng karnal o mahalay na bagay tulad ng pakikipagtalik sa isang babae.*

Pero hindi na nga mabibilang sa daliri ang mga babaing nagpakita ng motibo 'ka nga kay Maestro Gido. Madalas na ang pagpapagamot ang ginagawang paraan ng mga ito. Para makapaglilis ng damit o kahit na lubusan pang magburlis sa harap niya. Sa misteryo ng panggagamot ni Maestro Gido ay nadagdag ang misteryo ng kanyang puson at bahagi ng katawan sa loob ng kanyang pantalon.

SI DALING. Tuwa nang ipaglaba ng tumatanda nang dalagang ito si Maestro Gido. At ang hinahakot na mga damit ng Maestro ay hinahanapan niya ng mga palatandaan ng pagiging tunay na tao nito at lalaki.

Sinisiyasat ni Daling pati ang karsonsilyo ng binatang arbularyo. Hinahanapan ng mantsa ng katas ng pagkalalaki nito. Tuwang-tuwang iniipon ang ilang balahibong nalagas at sumuksok duon.

Inaamuy-amoy si Gido sa mga kamiseta, pantalon, hanggang karsonsilyo ni Gido. Ang ilang piraso ay hindi agad nilalabhan at dala sa higaan sa gabi—inaamoy at ikinikiskis sa katawan—hanggang matighawan ang kabalisahan ng sariling laman.

A, ibibigay ni Daling ang kanyang pagkabirhen para sa kaganapan ng pagkababaing kakalong ng buhay sa kanyang sinapupunan at sa takdang panaho'y isisilang niya sa sangmaliwanag!

Isang araw ay hindi na nakatiiis si Daling at siya'y gumawa ng paraan. Tinyempuhan niyang walang pasyente si Maestro Gido. At sumugod siya nang punta sa bahay nito. Tutop ang dibdib at sinabing masakit iyon at nahihirapan siyang huminga.

Pinahiga si Daling ni Maestro Gido. Pinaluwagan sa kanya ang leeg ng bestidang suot. At ang isang palad na may pahid na langis ay maingat na isinuot nito sa damit ni Daling at sinimulang himasin ang kanyang dibdib.

"Sa'n, saang parte masakit?" tanong ni Maestro Gido.

"Masakit na masakit ang buong dibdib ko, Maestro!" ang sagot ni Daling.

Hinimas-himas ni Maestro Gido ang buong dibdib ni Daling. Mainit ang palad ng arbularyo. Pumikit si Daling. Nagkunwaring tulog at ayaw nang magising. Dinama niya nang buong taimtim ang init ng palad ng Maestro.

Hanggang pakiramdam ni Daling ay nilulusaw siya, nilulusaw siya, ng makapangyarihang mga palad na iyon. Hanggang tumigil sa paghimas si Maestro Gido. Hinugot palabas ng damit ang kamay. Nang magmulat ng mga mata si Daling ay nakatalikod na si Maestro Gido sa kanya.

"Kumusta na'ng pakiramdam mo ngayon, Daling?" nangangapal ang boses ni Maestro Gido.

"Hindi na masakit, Maestro... maginhawang-maginhawa na'ng pakiramdam ko!"

"Sige na, Daling. Magaling ka na." Ayaw pa ring humarap si Maestro Gido kay Daling.

Mabilis na nagbalik sa kanyang labahin si Daling. Matagal na kinusut-kusot ang mga damit ni Maestro Gido at bawat pirasong pinipiga ay pinipiga sa kanyang katawan hanggang ang buong katawan niya'y mabasa ng sabon at tubig. Tuloy na siyang naligo sa pagbabanlaw niya sa kanyang mga nilalabhan.

SI SABEL. Matagal na siyang nagpapapansin kay Maestro Gido. Ipinagluluto niya ang binatang arbularyo ng iba't ibang minandalin—nilagang saging o kamote, puto maya, o kaya'y sumang kamoteng kahoy. Ang dami nang minandal na nadala niya kay Maestro Gido ay ni hindi man lang siya pinansin nito kahit minsan.

Bwisit na't naiinip si Sabel. Ano bang klaseng lalaki itong si Maestro Gido? Magsasahing na lang ba ito ng katas na kaloob din naman ng Diyos? Hindi ba nito napapansin ang tinghas na tinghas niyang dibdib? Hindi ba nakikita nito ang maliit niyang baywang at mapaghamong mga balakang?

A, kung nagkukunwari ka lang banal, Maestro Gido, ay tutuklasin ni Sabel; hindi titigil si Sabel hanggang hindi niya natutuklasan!

"O, Sabel? Me kailangan ka pa ba sa 'kin?" muling napalingon si Maestro Gido nang matapos kunin ang dalang meryenda ni Sabel ay hindi pa rin umalis ang dalaga.

"Pagagamot sana 'ko, Maestro," sabi ni Sabel.

"Ano'ng dinaramdam mo, Sabel?"

"Nagsasasakit ang aking puson," sagot ni Sabel.

"Bakit, hindi ba regular ang buwanan mo?"

"Nagluluko nga yata ngayon, Maestro!"

Pinapasok sa kwarto ni Maestro Gido si Sabel. Pinahiga sa papag. Pagkahiga'y kusa nang naglilis ng laylayan ng damit si Sabel. At sabik na naghintay.

Naramdaman ni Sabel na naupo sa gilid ng papag si Maestro Gido. Dumiin ang pagkakapikit niya at kinagat ang pang-ibabang labi nang maramdaman ang may langis na palad ng binatang arbularyo sa kanyang puson, Ang palad ay nagsimulang humimas-himas duon.

"Sa b-bandang baba pa, Maestro."

Bumaba pa ang humihimas na palad ni Maestro Gido. Hanggang sa nasasaling-saling na ng mga dulo ng daliri nito ang buhok niya *ruon*. Pakiramdam ni Sabel ay gusto nang umigkas nang paliyad ang kanyang katawan upang madama ang palad ni Maestro Gido kung-saan talagang gusto niya itong madama.

Pinakapigil-pigil ni Sabel ang sarili. Hihintayin niyang magkusa ang Maestro. Hihintayin niyang kusang magpunta ito sa kung-saan niyang gustong magpunta ito.

Pero hindi nagpunta si Maestro Gido sa lugar na gusto ni Sabel na puntahan ng kamay nito. Marahan siyang nagmulat ng mga mata. At nakita niyang nakatungo si Maestro Gido at nakatitig sa lugar na gusto niyang puntahan nito. At mapula't pawisan ang buong mukha ng arbularyo.

Napasulyap si Sabel sa kandungan ni Maestro Gido. At mabilis niyang iginalaw ang isang kamay at idinaklot iyon sa lugar ng kasagutan kung tutuo ngang si Maestro Gido ay banal o nagbabanal-banalan lang.

Napaigtad si Maestro Gido pero huli na. Dakip na ng isang palad ni Sabel ang kongkretong kasagutan. At si Sabel ay mabilis nang bumalikwas at mahigpit na yumakap sa mapula't pawisang binatang arbularyo.

"Maestro... Maestro, pagalingin mo 'ko!"

"Sabel, m-magagalit ang birhen!"

"H-hindi, Maestro, hindi hangga't gusto ng pasyente!"

"U-umalis ka na, Sabel. H-hindi ko gusto ang... ang iskandalo sa... sa trabaho ko!"

Hindi pinansin ni Sabel ang tinuran ni Maestro Gido. Tuluyang hinubad na niya ang damit. Pati ang tanging saplot na natira sa lugar na kangina pa niya gustong puntahan ng Maestro.

"Mag-iiskandalo 'ko, Maestro, kapag hiniya mo 'ko!" at nakatawang inilatag ni Sabel ang hubad na katawan sa papag. Muling pumikit. At buong pag-asam na naghintay.

"Maestro! Maestro Gido!" boses mula sa labas ng bahay.

Mapapabalikwas nang bangon si Sabel. Si Maestro Gido ay mabilis nang nakatayo at nakalabas. Para harapin ang dumating.

"Pakitingnan lang ang anak ko, Maestro Gido, at inaapoy ng lagnat."

"Oo... oo. Katatapos ko lang sa isa kong pasyente. S-Sabel, kung ayos ka na'y pwede ka nang lumabas!"

Bihis na nang lumabas si Sabel. At nakangiting hinarap si Maestro Gido.

"Salamat, Maestro. Ang husay-husay n'yo talaga! Pag sumakit uli'y babalik na lang ako."

Nakalapit na nang malapit na malapit si Sabel kay Maestro Gido. At bago tuluyang tumalikod ay nakatawa, parang nanunudyong hinaplos pa ng palad ang harapan ng binatang arbularyo.

Napakislot at napalingap si Maestro Gido. Nagaalalang baka nakita ng babaing may kalong na anak ang ginawa ni Sabel.

Kailangang iwasan niya si Sabel. Delikado ang kanyang hanapbuhay sa makiring babaing ito.

Pero si Maestro Gido ay hinog na hinog na, kumbaga sa isang bunga. Disturbado na siya ni Sabel. Malusog at palalo ang mga dibdib nito. Pasok at hapit ang tiyan at puson. Maliit ang baywang. Naghahamon ang mga balakang. A, muntik na rin niyang hindi napigilan ang sarili kangina sa tuksong alamin ang hiwaga sa likod ng itim na sutlang buhok nito sa pagitan ng mga hita.

Pati na nga si Daling na simple't karaniwan lang ang hitsura ay bumabalisa rin sa kanya!

At naisip ni Maestro Gido na sa mga susunod na kabalisahan ng kanyang puson ay lagi nang may silid ngayong maaaring pagdausan ng kanyang lihim na seremonya—sa isa pang makasariling pangangailangang sa malao't madali'y hindi na niya maipagwawalang-bahala pa sa paghingi ng kaganapan.

Pero hindi, pangako niya sa sarili, hindi sa isang katulad ni Sabel na waring bihasang-bihasa sa kamunduhan at pag-aawayin ang langit at impiyerno at paghahaluin ang balat sa tinalupan makuha lang ang hilig ng katawan!

4

Sa Ngalan ng Espiritu Santo...

INIWASAN nga ni Maestro Gido si Sabel. Hindi na niya pinatutuloy ito sa kanyang bahay. At sinabihan niyang tigilan na nito ang pagbibigay sa kanya ng kakanin.

Biglang napaiyak si Sabel nang sabihin niyang huwag na siyang ipagluluto ng minandal. Umiiyak na napaupo sa baitang ng hagdanan kung-saan sinalubong niya agad nang marinig na tumatawag sa kanya.

"Tumigil ka, Sabel. Baka isipin ng makakakita na kung inaano kita."

"Matagal nang inaano mo 'ko... m-minamaligno! A-ayaw mo 'kong patahimikin! H-hindi ka naman banal... b-bakit hindi mo 'ko pagbigyan? Alam kong gusto mo rin akong m-maangkin, s-sinusuheto mo lang ang sarili mo!"

"N-natatakot ako sa 'yo, Sabel. Nakakatakot isipin ang pwede mong gawin. Kung para lang sa namatay kong mga magulang, h-hindi ko sasayangin ang trabaho kong manggamot d-dahil sa 'yo!"

Padaskol na pinahid ni Sabel ang mga luha, at galit nang hinarap si Maestro Gido. "A, gano'n! Ikaw ang bahala, kung t-talagang tinatanggihan mo ang grasyang k-kusang lumalapit na sa 'yo! Alam kong lagi mo rin akong naiisip. Iniisip mo ang mga suso ko, ang puson ko, ang mga hita ko, ang... Tingnan natin kung kaya mo ngang patahimikin ang sarili mo sa pamamagitan ng mga kamay mo lang!"

Nakababa na ng hagdanan ay muli pang bumaling si Sabel.

"Isipin mo'ng katawan ko. Isipin mo ang pwedeng gawin dito ng lalaking pagkakalooban ko nito!" At mabilis nang tumalikod si Sabel.

Iniwasan nga niya si Sabel hanggang sa magalit ito at kusa nang lumayo sa kanya. At hindi pa rin niya makalimutan ito. Lagi nga'y naiisip niya si Sabel, ang hubad na katawan ni Sabel.

Nang minsang muling dumaing ng pananakit ng dibdib si Daling, ginawa ni Maestro Gido ang unang sikretong seremonya sa loob ng kwartong gamutan niya.

Pinaghubad niya si Daling—pinaalis lahat ng saplot sa katawan. Piniringan ang mga mata. At pinahiga sa papag. Sinabihang tumahimik ito nang tahimik na tahimik habang ginagamot niya. Parang aliping tumangu-tango lang si Daling na nakabuka ang bibig sa pananabik sa pinakahihintay-hintay na gagawin sa kanya ni Maestro Gido.

Titig na titig ang binatang arbularyo sa kahubaran ni Daling pero si Sabel ang kanyang iniisip. Buong taim-tim na inisip niya si Sabel hanggang ang tingin niya kay Daling ay si Sabel.

Naramdaman niyang naninikip ang kanyang pantalon at hinubad niya iyon. Kahit na kaprasong damit ay nagbibigay sa kanya ng masidhi't sumisikil na alinsangan. Tuluyang pinalaya niya ang sarili sa paghuhunos ng lahat ng saplot sa katawan.

Paluhod, paduhapang, iniyuko niya ang kahubaran sa kahubarang nakalatag sa kanya. Sinimulang haplusin ang hubad na katawan sa ibaba ng sariling hubad na katawan—at hindi sa pamamagitan ng kanyang mga kamay.

Napakislot, napaungol si Daling.

"Tumahimik ka... tumahimik ka..." paulit-ulit na inianas niya na parang ang kinakausap ay si Sabel. "Mag-uusap tayo nang walang salita... walang salita. Mag-uusap ang ating katawan... sa mga salitang alam nila't sila lang ang nakakaalam!"

Kinagat ni Daling ang pang-ibabang labi. Hinayaang ang katawan na lang ang sumagot sa mga haplos ng katawan ni Maestro Gido. Bumuka lang muli ang kanyang bibig bilang tugon sa untag ng bahagi ng katawan ng arbularyong masugid na tumutok duon.

HINDI na muling tumuntong si Sabel sa bahay ni Maestro Gido. Madalas ay natatanaw lang siya ng binatang arbularyo. O siguro'y kusang nagpapatanaw lang si Sabel kay Gido.

Isang araw, bigla na lang nabalita sa Ilang na si Sabel ay nagtanan kasama ng binatang manliligaw na tagakabilang baryo.

Makaraan ang isang linggo'y umuwi sa Ilang si Sabel kasama ang napangasawang si Eliseo. Ipinakasal na raw sa kabilang bayan ng mga magulang ni Eliseo ang mga nagtanan bago ipinamanhikan sa pamilya ni Sabel sa Ilang.

Isang umaga ay nagulat na lang si Maestro Gido nang tumawag si Sabel. Lumabas siya sa balkon at nakita niya sa ibaba ng hagdanan ang nakatawang si Sabel katabi ang asawang si Eliseo.

"Maestro, gusto kong ipakilala sa 'yo ang napangasawa ko—si Eliseo."

Napa-A! ang binatang arbularyo at napatitig sa halos ay yakapin ni Sabel na asawa nitong nakangiti sa kanya. Katamtaman ang taas, ang bulas ng katawan ay sa isang magsasaka, kayumanggi. Nakatawa sa kanya ang bibig pero hindi nakatawa ang mga mata. Mamula-mula sa araw ang dulo ng itim na buhok na bahagyang kulot. Hindi na rin kasamaan, naisip niya, ang napangasawa ni Sabel. Bagamat mas mababa kaysa kanya, may katawan rin naman.

"O, kumusta na ang buhay me asawa, Sabel?"

"Heto, laging dinidisturbo ng asawa!" At sabay sa paghagikgik ni Sabel ay hinaplos ng isang palad nito ang dakong puson ng nagitlang asawa—na tinakpan na lang ng pagtawa ang pagkagulat. "Sige, Maestro. Ayaw talaga ni Eliseong lumabas kami. Sabi ko'y sandali lang at ipakikilala ko s'ya sa sikat na manggagamot ng Ilang! Uuwi na kami, Maestro."

Hinabol ng tanaw ni Maestro Gido ang magkaakbay na papalayong mag-asawang Sabel at Eliseo.

Pagkuwa'y mabilis na siyang pumasok ng bahay at mula sa isang bintana ay pasigaw na tinawag si Daling.

"Bakit, Maestro Gido?"

"Patutulong sana 'ko sa 'yo, Daling, sa pag-aayos ng aking mga gamot kung wala kang ginagawa!"

"And'yan na 'ko, Maestro!"

Naiisip na naman niya si Sabel. Naiisip niya ang maaaring gawin ng mag-asawang Sabel at Eliseo pagdating ng mga ito sa bahay.

Siguro'y magkukulong ang dalawa sa kwarto—si Eliseo at si Sabel. Pagsasawain ni Eliseo ang bibig nito sa mayamang mga dibdib ni Sabel. Hahapitin ni Eliseo ang maliit, malantik na baywang ni Sabel at ikikiskis ang hapit, pasok na puson nito sa nagbabagang sariling puson. Hahamunin ng mga balakang ni Sabel ang katatagan ng mga pigi ni Eliseo at tutuksuhin ang pilyong "kaibigan" ng asawa na maglunoy na sa kanyang batis ng hiwaga sa likod ng malasutlang buhok sa pagitan ng kanyang mga hita!

Nang pumasok ng silid si Daling ay hubo't hubad na si Maestro Gido at nakapiring. Gusto niyang gawin ni Daling sa kanya ang maaaring gawin ni Sabel kung pahihintulutan lang niya ito.

UMAALULONG ang lalaking usa sa gitna ng gubat. Nangingibabaw ang alulong sa hagok ng kwago, kakak ng kalaw at katsang ng unggoy. Mayamaya pa, may baboy-ramo't ahas na magpapanghamok at magpapa-yanig sa mga puno't tatambol sa lupa habang nadadapurak ang mga tuyong dahon at nababali ang mga tuyong sanga.

Napabalikwas ng bangon ang hindi makatulog na si Maestro Gido nang makarinig ng marahang mga katok sa pintuan. Hindi na muna niya pinalitan ng pantalon ang suot na kutod. Aalamin niya muna kung sino ang bisita sa dis-oras ng gabi.

"Sino 'yan?"

"Ako," mahinang sagot ng boses-babaing kilalang-kilala niya.

"Bakit? Ano'ng kailangan mo?"

"Papasukin mo 'ko bago me makakita sa 'kin dito."

Hindi na nag-isip pa, binuksan niya ang pinto. At mabilis na pumasok si Sabel.

Tuluy-tuloy si Sabel sa loob ng kwartong gamutan. Tuluy-tuloy na nahiga sa papag.

"Gusto kong magpagamot, Maestro..."

"Ano'ng dinaramdam mo, Sabel?"

"Balisang-balisa ang aking katawan, Maestro, at gusto kong payapain mo ito!"

"Tumahimik ka kung gayon sa pagkakahiga mo. Alam ba 'to ni Eliseo?" Gusto niyang makasiguro.

"Wala s'ya. Nandayuhan sa pag-aani sa kabilang bayan."

Sinindihan niya ang mga kandila sa harap ng imahe ng Nuestra Señora del Corazon.

"Sa pangalan ng Birheng nagdurugo ang puso... at sa ngalan ng Diyos Ama, Diyos Anak at Diyos Espiritu Santo..." at sinimulan niyang marahang-marahang itaas ang maluwang na damit-pambahay ni Sabel. Wala nang pang-ibabang saplot si Sabel. At pumitlag sa loob ng kutod ang kanyang pagkalalaki.

Sa pamamagitan ng hawak na damit ni Sabel ay hinila niya ito upang bumangon, tumayo. Nang makatayo na si Sabel ay maluwag niyang nahubad sa ulo nito ang suot na maluwang na damit.

Mabilis na gumalaw ang mga kamay ni Sabel at hinila ang sintos ng kanyang kutod na biglang lumuwag sa baywang. Binitiwan ni Sabel ang hawak na mga dulo ng sintos at nalaglag sa paanan niya ang suot na kutod.

Palundag na yumakap sa kanyang leeg si Sabel, ang mga hita'y ipinulupot sa kanyang baywang. Iniangat nito ang mukha sa kanya—nakapikit ito't nakabuka ang bibig. Sinibasib niya ng halik ang nakabukang mga labi ni Sabel. Ipinasok niya sa malambot na mga labing iyon ang kanyang dila at inapuhap ang dila nito sa loob ng nagbabagang bibig.

Magkahinang ang kanilang mga bibig, kumisut-kisot ang katawan ni Sabel sa katawan niya. Kumaskas sa kanyang dibdib ang mayama't palalong dibdib nito at ang matitigas na utong ay naghatid ng kuryente sa sariling mga utong na gumapang sa kanyang batok at dumaloy nang pabalik-balik sa kanyang gulugod. Naramdaman

niya ang pagkislut-kislot ng mga laman sa buong katawan
niya.

Naghiwalay ang kanilang mga bibig. Lumuwag ang
yakap ni Sabel sa kanyang leeg at pinadausdos nito ang
katawan sa kanyang katawan. Nang masalalak si Sabel
sa naghuhumindig niyang pagkalalaki'y inipit iyon ng
mga hita nito habang hinahagkan-hagkan ng bibig, dila,
ilong, baba at pilikmata ang kanyang dibdib.

Napaungol siya. Napaliyad. Ang kaibuturan niya'y
nagsisimulang mapuno, mapuno! Inapuhap niya ang
bungad ng hiwaga ni Sabel sabay ng pagsapo ng mga
kamay niya sa maumbok na mga pisngi ng puwit nito.
Pinawalan ng mga hita ni Sabel ang pagkalalaki niya't
ang mga paa'y iniyapos sa kanyang mga pigi sabay layo
ng itaas na bahagi ng katawan paliyad sa ibabaw ng papag.

Kumisut-kisot ang kanyang mga pigi at unti-unti,
dahan-dahang pinasok niya ang lunan ng hiwaga.
Umuungol na rin si Sabel at ang magkakrus na mga paa
nito'y kiskis nang kiskis sa umbok ng kanyang puwit.
Nang maisagad niya sa sentro ng kahiwagaan ni Sabel
ang pagkalalaki niya'y dinuhapang niya ng yakap ang
nakaliyad na katawan nito na ulo lang at mga kamay ang
nakasayad sa papag. Yakap si Sabel na pahuyad na muli
siyang umunat at si Sabel ay sumubsob na muli sa
kanyang dibdib—hinahagkan-hagkan, hinihimud-himod,
kinakagat-kagat iyon, habang kinakayud-kayod ng mga
kuko ang kalamnan ng kanyang likod.

Iniikut-ikot niya si Sabel. Isinayaw-sayaw sa himig
ng itim na simponya ng gubat at gabi—hagok ng kwago,
kakak ng kalaw, katsang ng unggoy, alulong ng usa,
paghahamok ng baboy-ramo't ahas, plapplap ng paniki,
panangis ng hangin at mga hikbi ng nadadapurak na mga
tuyong dahon at nababaling mga sanga; sa animal na
ritmo ng kanilang magkahinang na mga katawan—sa
mga libreng ispasyo ng silid, sa ibabaw ng papag, sa lapag,
sa kung-saan-saang sulok ng sagradong kwartong iyon
ng kanyang panggagamot at seremonyang lihim.

Pareho na silang umuungol, umiiyak, tumatawa.
Punung-puno na ang kaibuturan niya at siya'y umaapaw,

umaapaw—parang dike ng umaalon, dumadaluyong na tubig, humahampas, winawasak ang sisidlang nagbabantang sumambulat...

M-Ma... Maestro, M-Maestro!

Sa... sa n-ngalan ng... ng Espi... Espiritu Santo, Sabel... sa ngalan ng... ng Espiritu Santo!

At sila'y magkasabay na sumambulat. At lumungayngay sa isa't isa sa wari'y matamis na kamatayan. Na ikinatahimik ng mga kwago, kalaw, unggoy, paniki, kuliglig, usa, baboy-ramo, sawa, at pati ng hangin, mga puno't dahon, sanga, sa engkantadong gubat. Habang tahimik na nakamata lamang ang imahe ng Nuestra Señora del Corazon na nakalantad ang pusong nagdurugo.

NANG sila'y muling mabuhay at maghiwalay sa pagkakahinang, sa liwanag ng mga kandila ng birhen ay tumambad sa mga mata ni Maestro Gido ang dugo.

"S-Sabel?"

Nakangiti sa kanya ang luhaang mga mata ni Sabel. "I-ipinangako ko sa sariling sa 'yo ko unang ibibigay ang sarili ko."

"Sabel." Muling humindig sa kapalaluan ang kanyang pagkalalaki at si Sabel ay muli niyang inangkin.

Bukas, ibinulong niya kay Sabel, bukas ay sasabihin ko sa mga darating para magpagamot na muling nagdugo ang puso ng birhen!

At sa kanyang kahubaran—sa paraan ng wari'y ritwal ng mga pagano—ang dugo ni Sabel ay ipinahid ni Maestro Gido sa nakalantad na puso ng Nuestra Señora del Corazon. Humahagikgik na nakisali si Sabel—sa kahubaran din nito—sa ritwal na iyon ng pagpupunas ng dugo sa imahe ng birhen.

5
Tahanan ng Maligno

ISANG araw, kumalat na lang sa buong Ilang na si Eliseo na asawa ni Sabel ay nawawala sa sarili, kung di man nababaliw. Tulala ito at ayaw makipag-usap kahit kangino—kahit kay Sabel. Napilitan ang mga magulang ni Sabel na ipakaon ang mga magulang ni Eliseo sa kabilang baryo.

Kinausap si Eliseo ng kanyang ama.

"Eliseo, anak. Ano ba'ng dinaramdam mo? Nagkagalit ba kayong mag-asawa? Sabi ni Sabel, pati siya'y ayaw mong kausapin. Ano ba'ng nangyayari sa 'yo, anak?"

Ni hindi tiningnan ni Eliseo ang ama. Nanatiling nakatanaw ito sa labas ng bintana ng kwarto nilang mag-asawa. Nakatanaw sa malayung-malayong tila hindi abot ng karaniwang mga paningin.

"Magpakalalaki ka, anak! Kung di man bilang magama, mag-usap tayo nang lalaki sa lalaki. Sabihin mo sa 'kin ang problema mo. Anong talaga ang nangyayari sa 'yo, Eliseo?"

Hindi nakatiis, nananangis na pumasok na rin sa silid ang ina ni Eliseo. Niyakap nang mahigpit na mahigpit ang anak.

"Eliseo, anak... Eliseo, anak ko! Makipag-usap ka sa 'min, utang na loob! Napakasakit sa 'kin—sa Inang mo, Eliseo—ang ganito!"

Unti-unting tumalim ang mga mata ni Eliseo kasabay ng pagngangalit ng mga pilipisan. At bigla, marahas niyang iwinaksi ang mga bisig ng inang nakayapos sa kanya.

Nagimbal ang kanyang ina. Nanggigipuspos na napalupasay at napahagulgol sa mga palad.

"Eliseo!" bulalas ng kanyang ama at biglang nahaklot sa mga balikat ang anak. "Ano'ng ginawa mo sa Inang mo, Eliseo? Ba't mo ginawa ang gano'n sa Inang mo?"

"I-iwan n'yo 'ko... iwan n'yo 'ko!" iyon ay magkahalong daing at sigaw.

"Hindi. H-hindi ka namin iiwan hangga't hindi mali-naw sa 'min kung ano'ng nangyayari sa 'yo!"

Biglang tinabig ni Eliseo ang mga braso ng ama.

"Sinabi nang iwan n'yo 'ko, iwan n'yo 'kong mag-isa!" at marahas na itinulak ni Eliseo ang ama.

Napatili ang kanyang ina at lalong nagpalahaw ng iyak.

"Hindi ba kayo marunong umintindi? H'wag n'yo 'kong disturbuhin! Iwan n'yo 'kong mag-isa! A-ayoko... a-ayokong makarinig ng mga salita. A-ayoko, ayoko!" At padaklot na tinakpan ni Eliseo ng mga palad ang mga tainga, habang hingal nang hingal, at maiilap ang matatalim na mga mata—parang nauulol na hayup na nasusukol at maninikmat kung patuloy na lalapitan ng sinuman.

Sinubukan pa rin ng kanyang ama na lapitan siya, at biglang kumuyom ang kanyang mga kamay na umigkas sa mga suntok sa sariling mga magulang.

"Ayaw n'yong makinig, ayaw n'yong makinig!"

At ang mga suntok ni Eliseo'y sinagot ng mga suntok ng kanyang ama sa gitna ng pagpapalahaw ng kanyang ina.

"Saklolo! S-saklolohan n'yo kami! Saklolo!"

Sa paggibik ng kanyang ina, sa gitna ng mga ingay ng paghahamok nilang mag-ama ay dumalo ang iba pang mga kalalakihan. Si Eliseo, bago nagawang lumundag sa bintana, ay nahuli ng mga lalaki ng Ilang, kasama ang kanyang ama at ang ama ni Sabel.

Si Eliseo sa sidhi ng pakikihamok para makalaya sa tangkang pagtatali sa kanya ay bigla na lang nalungayngay at nawalan ng ulirat.

"Eliseo, anak ko, anak ko! Ano ang gagawin n'yo sa anak ko?"

Patuloy pa ring iginapos nila si Eliseo habang sinisikap na ito'y magkamalay. Binasa ang kanyang mukha. Binuksang pawalat sa dibdib ang suot miyang damit. Pinaypayan siya nang pinaypayan.

"Dalhin na natin s'ya kay Maestro Gido. Si Maestro Gido lang ang pwedeng makapagpagaling sa kanya."

Tumatakbo nang nagpauna sa bahay ni Maestro Gido si Sabel.

NAGSIMULANG magkamalay si Eliseo nang inihihiga na sa papag sa kwartong gamutan ni Maestro Gido. At umuungol na nagsimulang magwala na naman siya.

Nang mapatingin siya sa dakong paanan ng papag na kinaruruonan nina Maestro Gido at Sabel ay nagmura siya nang nagmura.

"Mga putang 'na n'yo! Mga putang 'na n'yo!" paulit-ulit iyon at sumasago ang laway sa kanyang bibig.

"Palagay ko'y alam ko na ang sakit n'ya. Busalan n'yo ang bibig n'ya. Hindi dapat pahintulutan ang mga salita ng demonyo sa harapan ng altar ng birhen. Itali n'yo s'ya sa papag—ang mga kamay at paa n'ya. Pag naiayos na s'ya'y pwede n'yo na kaming iwan. Si Sabel lang, ang asawa ni Eliseo, ang pwedeng sumaksi sa paggagamot."

NANG maiwan na silang tatlo sa silid—si Eliseo, si Sabel at si Maestro Gido—ikinandado ng arbularyo ang pintuan.

"Sindihan mo, Sabel, ang mga kandila sa altar."

Inilabas ni Maestro Gido mula sa ilalim ng papag ang makutim, sunog na lata na nilalagyan niya ng pangsuob. Pumilas ng ilang piraso ng karton mula rin sa ilalim ng papag at sinindihan at inilagay sa lata. Saka pinaibabawan ang apoy ng mga tuyong dahon ng bayabas at avocado at pagkatapos ay ng tuyong mga balat ng lansones, at mga tuyong talulot ng bulaklak ng kape at rosas at ilang-ilang.

Ilang sandali pa'y pumailanlang na ang mabangong usok ng suob na nilikha niya. Ang umuusok na makutim at sunog na lata ng suob ay muli niyang ibinalik sa ilalim ng papag. Mariing nakapikit si Eliseo at kikisut-kisot ang nakalatag na katawan. Ibig pa rin ni Eliseo na makawala sa pagkakatali ang mga kamay at paa sa apat na sulok ng papag, sa mga poste nito.

"Magpahinga ka muna, Eliseo. Mahaba ang gamutan natin at siguro'y aabutin ng gabi, o nang buong magdamag. Magpahinga ka, Eliseo... tutulungan ka ni Sabel na makapagpahinga."

Pumwesto siya sa ulunan ni Eliseo at sinabihan si Sabel: "Maaalinsanganan si Eliseo sa suob, Sabel... mas presko kung hubad-baro s'ya. Magiging mainit na mainit sa loob ng kwartong 'to, nagbabaga ang masamang ispiritu sa loob ng katawan ni Eliseo. Pagtulungan nating mapalabas ito, Sabel."

Tuluyang winalat na ni Sabel ang suot na kamiseta ni Eliseo sa pamamagitan ng kanyang mga daliri't kuko. Umuungol na tumutol si Eliseo. Napahuyad sa pagtanggi nang luwagan ni Sabel sa baywang ang sintos ng suot na pang-ibabang kupas na kundiman.

"Tingnan mo 'ko, Sabel, tingnan mo 'ko..." at nakita ni Sabel ang ipinakikita niya, "gawin mo kay Eliseo ang gusto niyang gawin mo sa kanya."

Sinunod ni Sabel ang ipinagagawa niya habang sa kanya nakatitig ito.

"Halikan mo s'ya, Sabel, siilin mo ng halik si Eliseo!"

Iginalaw-galaw ni Eliseo ang sarili upang maiwasan ang bibig ni Sabel.

Pagkaran ng ilang sandali'y umiiyak na napasubsob si Sabel sa kandungan ng asawa. Talagang ayaw na siyang pansinin ni Eliseo. At malaking kahihiyan iyon para sa kanya sa harapan mismo ni Maestro Gido.

"Halika, Sabel..." paanas na tawag sa kanya ni Maestro Gido. "Halika..."

Si Sabel ay gumapang sa ibabaw ng katawan ni Eliseo palapit kay Maestro Gido sa ulunan ng asawa. At naupo siya sa dibdib ni Eliseo upang tanggapin kay Maestro Gido ang ipinagkakait sa kanya ngayon ng asawa bilang ganti sa nakababaliw na pagkakait niya rito. At sa lubusang pagbibigay niya sa pag-uwi nito mula sa pandarayuhan sa pag-aani na natapos sa masaklap na pagkatuklas nito na hindi ito ang unang lalaki sa buhay niya pagkaraan ng nakababaliw na pananabik sa kanya. Nakapikit na ninamnam niya si Maestro Gido sa harapan mismo ng gulilat na mga mata ng asawa.

NAGKUMBULSYON at nagdeliryo si Eliseo nagsisimula pa lang lumakas ang hangin na tanda ng pagdatal ng gabi. Halos ay itirik na niya ang mga mata ay hindi pa rin maapula ng milagro ng mga luha ng kandila sa hubad niyang dibdib ang sumisikil na sumpa sa kaibuturan niya na hindi makagitaw sa may busal niyang bibig.

Kung si Eliseo lang ay makapagpapalahaw ng sigaw, tatalunin ng kanyang panaghoy ang alulong ng lalaking usa sa gitna ng kagubatan. Kung siya'y makakalaya lang sa pagkakagapos, mag-aangkin siya ng bangis ng baboy-ramong makikipaghamok sa lingkis at tuklaw ng alinmang makamandag na ahas.

Pero siya raw, si Eliseo, ay sakmal ng kapangyarihan ng masamang ispiritu—sabi ni Maestro Gido. Ang kanyang katawan ay pinananahanan daw ng maligno.

At kasabay ng hagok ng kwago, kakak ng kalaw, katsang ng unggoy, plapplap ng paniki, alulong ng usa at paghahamok ng baboy-ramo't ahas ay humaplit sa hubad na katawan ni Eliseo ang buntot-pageng pamana kay Maestro Gido ng kanyang ama.

Yumayanig ang katawan ni Eliseo sa bawat haplit ng latigo—tulad ng bundol ng magkalingkis na mga katawan ng naghahamok na baboy-ramo't ahas na nagpapayanig sa mga puno.

Sa bawat huyad-bagsak ng kanyang katawang umaaringking sa bawat paghaplit ng buntot-page, natatambol ang papag—tulad ng pagtambol sa lupa ng magkalingkis na katawan ng naghahamok na mga hayup-gubat, na dumadapurak sa mga tuyong dahon at bumabali sa mga tuyong sanga.

Bawat maapoy na halik ng latigo sa bawat pulgada ng katawan ni Eliseo'y halik ng kamatayang sinasaliwan ng nakakikilabot na itim na simponya ng gubat at gabi na itinataghoy ng hagunot ng malakas, malamig na hangi't iniaalingayngay ng mga sahig na kawayan ng bawat kubo sa Ilang.

Bawat sandali'y tortyur sa ina ni Eliseo. Pati dapyo ng hangi'y boses ng anak para sa kanya.

"T-tinatawag ako ni Eliseo! Na... narinig kong t-tina-tawag ako ni Eliseo, ang aking anak!"

"Tumahimik ka... tumahimik ka at magdasal."

"Puntahan natin ang aking anak! H-hindi mo ba naririnig ang... ang p-pagtawag ng ating anak?"

"Tanging si Maestro Gido lang ang makapagpapagaling sa kanya. Hindi mo ba narinig ang sabi n'ya? Si Eliseo raw ay pinasok ng masamang ispiritu!"

"Ang alam ko lang ay... k-kailangan ako ng anak ko. K-kailangan tayo ng ating anak! At... w-wala tayo sa... sa tabi n'ya! K-kahit sa impyerno... g-gusto kong samahan ang anak ko!"

"T-tama na... tama na!" Pati ang kanyang ama'y napapaiyak na rin sa paghihintay sa resulta ng paggamot sa kanya.

NARINIG ng buong Ilang ang palahaw ng panangis ni Sabel.

Nagapi rin ni Maestro Gido ang maligno bago lumiwanag. Pero kinailangang wasakin ang piniling tahanan nito—ang katawan ni Eliseo. Matigas ang maligno, hindi mapalabas ng arbularyo sa katawan ng kinapitan. Ang paglaban dito ni Maestro Gido ay hindi nakayanan ng katawan ni Eliseo. Sa pagkamatay ng maligno'y namatay din ang asawa ni Sabel.

Pero may basbas na ng birhen ang kamatayan ni Eliseo. Ang katibayan ay ang mga patak ng tawas at kandila sa dibdib nito na hugis mga pakpak. Ibig sabihi'y sinalubong na ng mga anghel ang kaluluwa ni Eliseo nang siya'y yumao!

Tumangu-tango ang mga nakarinig sa paliwanag ni Maestro Gido. Pero iyon ay hindi na narinig ng ina ni Eliseo. Ang nauunawaan lang nito'y patay na ang kanyang anak. At sumugod siya sa loob ng kwartong gamutan at dinuhapang ng yakap ang pasa-pasa't sugatang hubad na katawan ng anak. Natabig pa niya si Sabel na katabi ng bangkay at nagngungunguyngoy ruon.

"Diyos, ba't mo pinabayaan ang anak ko? Ba't mo pinabayaan ang anak ko, Diyos?" ang nakalulunos na panaghoy ng ina ni Eliseo.

"Pwede n'yo na s'yang iuwi. Pinunasan ko na s'ya ng langis at mga talulot ng rosas na may basbas ng Nuestra Señora del Corazon. Wala kayong dapat pang intindihin sa 'kin. Nakikiramay ako."

Sumubsob at umiyak si Sabel sa dibdib ni Maestro Gido.

"Patuloy mo na lang ipagdasal ang kaluluwa niya sa birhen, Sabel... para lubusang matahimik ang katawan niyang pinanahanan ng maligno."

Tumango sa tinuran ni Maestro Gido si Sabel at pinahid ang mga luha.

6
Mga Bulaklak sa Ilang

SUMISIBOL ang bulaklak!

Sumisibol ang bulaklak, kahit na sa Ilang na isang miserableng baryong nakaukyabit sa gilid ng bundok—parang miserableng nilalang na nagungunyapit sa manipis na hibla ng buhay sa bangin ng buhay at kamatayan.

Kahit na sa Ilang sa bunganga ng dambuhalang gubat na may sumpa ng engkanto't kapariwaraan—sumisibol ang bulaklak.

Sumisibol ang bulaklak maging sa alabok ng pagas na lupa, sa gilid ng bangin, kahit sa pusod ng gubat.

Sumisibol ang bulaklak kahit sa Santo Sepulcro, ang bayan sa ilang na isinilang isang Biyernes Santo na patay si Kristo.

Ang bulaklak ay nag-aangkin ng iba't ibang anyo...

"SALING! Saling!"

Napalingap si Saling mula sa pagdidilig ng mga halaman sa masayang-masayang dumating na si Edong mula sa bayan. Pati si Anna ay napatigil sa panghuhuli ng tutubi at sa paghabol sa mga paruparo.

"Nakakagulat ka naman, Edong! Nagtatakbo ka bang pauwi mula sa bayan? May balita bang darating na bagyo? Hindi pa nagsisimula ang ulan, babagyo na ba agad?"

Nakatawang umiling-iling ang pawisang si Edong. At hinalikan sa pisngi, sa gilid ng bibig, ang aliwalas, maamong mukha ng asawang si Saling.

Ngumiti si Saling sa mapula't pawisang mukha ni Edong. Ngumiti sa ama't ina ang nanunuod na si Anna.

At tumakbong palapit upang kunin ang pasalubong na halik at yakap mula sa tatay niya.

"Me maganda 'kong balita," masayang sabi ni Edong. "Nakabili ako ng mga butong maitatanim natin tyempo sa pag-ulan. Mga buto ng sarisaring gulay. At me bonus pang mga buto ng mga halamang namumulaklak para sa harap-bahay!"

"Ako'ng magtatanim ng mga halamang namumu-laklak!" nakatawang sabi ni Anna. "Ang mga bulaklak ay iaalay ko sa birhen!"

"Alam mo ba, Saling, kung kangino ko nabili ang mga buto?"

"At kanginong Ponsyo Pilato?" nagbibirong patianod ni Saling.

"Sa dalawang titser na dumating sa bayan, Saling. Mag-asawang titser na dumating para magturo sa Santo Sepulcro. Me titser na sa Santo Sepulcro! Me titser na sa Santo Sepulcro at makapag-aaral na uli si Anna! Makapag-aaral na si Anna!" At iglap ay niyakap at binuhat ni Edong ang anak at iniikut-ikot sa harap ng kanilang kubo. "Makapag-aaral na ang anak ko!"

"Talaga, ha, 'Tay? Mag-aaral na 'ko sa eskwela?"

"Oo, anak, oo! At magugulat ang titser mo. Kasi'y marunong ka nang magsulat ng pangalan, magsulat ng abakada, at magbilang hanggang isang daan! Makakabasa ka't makapagsusulat nang una sa magiging mga kaeskwela mo. Ang husay-husay kasing magturo ng Nanay, di ba, Anna?"

"Pati ikaw, 'Tay! Ang galing-galing n'yong magturo sa 'kin, kayong dalawa ni Nanay!"

"Pero hindi kaya ningas-kugon lang uli ang mga bagong dating, Edong?" ang pag-aalala'y sumanib sa boses ni Saling. "Huli na ng ilang taon sa pag-aaral si Anna!"

"Sana nga'y hindi, Saling! Pero anu't anuman, hindi ningas-kugon ang kagustuhan nating matuto si Anna kahit sa paraan natin. Sana nga'y hindi ningas-kugon lang ang mag-asawang titser na bagong dating sa bayan— hindi katulad ng mga nauna sa kanila." Ang mga kataga'y sinabi ni Edong na parang isang mataos na dasal, habang yakap nang mahigpit nang mahigpit ang anak na si Anna.

MAG-AARAL ka ba ng pagkaguro at padidestino lang sa isang malayo't liblib na lugar?

Oo, mahigpit na pinagkaisahan ito ng mag-asawang Corpus—Emmanuel at Lorena Corpus. Hindi na sila makakatuntong pa ng Santo Sepulcro kung hindi nila ito pinag-usapan nang masinsinan at mahigpit na pinagkaisahan.

Ang edukasyon ay kailangang ibigay sa lalong nangangailangan. Ang edukasyon—tulad ng demokrasya—ay dapat tamasahin ng nakararaming mamamayan.

Ang kamangmangan ang binhi ng pagkaalipin. Anong silbi ng edukasyon kung hindi ito makapagpapalaya sa mga mamamayan?

Kung ang edukasyon ay hindi makapagpapalaya ng tao sa bilangguan ng atrasadong mga pamahiin at paniniwala, tanikala ng paghihikahos at gutom, at kolyar ng pagkabusabos at pagkasamantala—sunugin na lang ang laksa-laksang pahina ng historya sa pag-unlad ng sibilisasyon. At ibalik na lang ang mundo't sangkatauhan sa bato, kweba't gubat na ang batas ay paghahamok ng lakas, at ang lakas ang tanging kinikilalang kapangyarihan! Mata sa mata at ngipin sa ngipin at karapatan ng lahat ng nilalang na makipaghamok upang mabuhay—o mamatay, kaysa mabuhay nang talunan at api.

Pero hindi na maibabalik pa sa sinaunang panahon ang nagbabagong mga lipunan sa daigdig. Ang mga tao'y kailangang umangkop na tanging ang daan ay ang pagpapakatalino upang mapanday ang kalikasan at ang mundo ayon sa kanyang gusto at direksyon ng kanyang pag-unlad.

Ang edukasyon ay isang uri rin ng armas ng mga tao. Kung hindi man nakakasugat ito'y nakapagbibigay naman ng liwanag para makita ng sinuman ang kanilang mga kaaway—kalikasan man o kapwa-tao—upang mapag-isipan kung paano masasakop at mapapaamo ang mga sagabal sa kanyang progreso.

Nagtungo ang mga Corpus sa Santo Sepulcro at ito'y isang malaki't mabigat na desisyon ng kanilang buhay.

Ito'y isang misyon ng pag-ibig sa kanilang mga kababayang nakasadlak sa ilang kung-saang ang 'bundok ay isang halimaw at ang gubat ay isang engkantadong bruho.

MAYO nang sila'y dumating. May isang buwan na lang sila para makapaghanda ng mga liksyong kakailanganin. Sa Santo Sepulcro'y hindi lang mga bata ang nangangailangan ng edukasyon. Ang mga gabi nila'y dapat ilaan sa pag-aaral ng mga matatanda naman. Hindi, hindi na siguro pangunahin sa pagbasa't pagsulat. Ang kailangan ay kaalaman para mapabuti nila ang kanilang buhay.

Progresibong pagsasakahan, halimbawa—lalo't pagas ang lupa. Anong mga halaman ang kapag pinagsabay-sabay na itanim ay nakapagpapaunlad na sa lupa ay nakapag-aani pa nang mahusay?

Anong mga halaman ang dapat salitang itanim sa bawat panahon? Para meron nang ani sa anumang panahon, patuloy pang napapaunlad ang kakayahan ng lupang bumuhay ng iba't ibang pananim na nagbubunga ng iba't ibang maaaring kainin.

Pa'no ba ang paglikha ng natural na mga pataba?

Pa'no lulutasin ang suliranin ng kakulangan at kaatrasaduhan ng mga gamit sa produksyon?

Mariing ipinikit ni Emman ang pagod, nanghahapdi nang mga mata kasabay ng pag-iinat ng katawan at mga kamay. Sa sarili'y minura niya ang aandap-andap na gasera. Ang hirap magbasa't magsulat sa tanglaw ng malikot at dilaw na ilaw.

"Pahinga na kung pagod ka na," sabi sa kanya ni Lorie na nauna sa kanya sa paghiga.

"Pwede pa ba tayong umawas ng coleman sa natitira nating pera, Lorie? Kung ganito ang klase ng liwanag sa 'ting paggawa, baka imbes na kamote't gabi't mani, at sitaw, bataw, patani't bitswelas ang mapaggrupu-grupo ko sa diversified farming sa isang production season, ang maisulat ko sa 'king lesson plan ay pagtatanim ng mga bomba't pampasabog at pagpapalitaw ng mga baril at bala!" At pinalagutok ni Emman ang mga ugpungan ng mga daliri.

"Sasabog ang ating adult education, Emman, sasabog ang ating adult education!" nagtatawang muling bumangon si Lorie at nilapitan ang asawa't hinaplos, pinisil-pisil sa batok, sa mga balikat. "Pwede pa tayong bumili ng coleman, h'wag lang sumabog ang ating adult education! Nasa'n ka na ba?"

"Nasa composting na. Pero ang naiisip ko'y hindi ang patabang galing sa mga hayup at halaman kundi ang plot na pwedeng pag-ipunan ng mga ihi para pagmulan ng black powder na mahalagang sangkap sa explosives!"

Tuluyan nang napahalakhak si Lorie. At nakayukong iniyapos sa leeg ni Emman mula sa likod nito sa pagkakaupo ang kanyang mga bisig. Ang mga palad niya'y masuyong humaplus-haplos sa dibdib ng asawa. "I guess the message is loud and clear. Kailangang ma-relax ng mama para hindi pulós pasabog ang maisip!" At hinagkan niya sa buhok si Emman. "Lika na, bago ka magkalat d'yan! Trabaho din naman nating i-humanize ang lugar na itong hindi natagalang tirhan ng mga colleagues nating matatandang dalaga't binata!"

Humahagikgik na nagpauna nang muli sa higaan si Lorie. Biglang bumalikwas ng tayo si Emman at hinabol siya at dinaluhong ng yakap. "Sige, ako'y nagwawalang kabayo ngayon at turuan mo 'ko ng intercrossing!"

Magkayakap silang bumagsak sa kama at pinugto ng mga labi ni Emman ang hagikgik na pumupulas sa bibig ni Lorie. A, sa Santo Sepulcro'y wala silang panahong makinig sa iba't ibang nakakikilabot na tunog ng gubat na inihahatid ng panggabing hangin.

SA UNANG patak pa lang ng ulan sa Mayo, nagtanim na agad ang mag-asawang Saling at Edong, kasama ang anak na si Anna. Nagtanim sila hindi lang mga halamang magbubunga ng pagkain kundi maging ng mga bulaklak sa gagawin nilang hardin sa harapan ng kanilang kubo.

Samantala, sa kabila ng ulan at maputik, malubak na mga daang lakarin, namasyal ang mga Corpus sa mga baryo ng Santo Sepulcro upang manawagan sa pagpapaaral ng mga anak at sa pag-aaral din ng mga magulang.

Parang nakatatakam na mga putahe ng isip na inihalayhay ng mag-asawang Corpus ang kabutihan ng edukasyon para sa mga bata at ang malaking tulong ng kaalamang makukuha sa pag-aaral maging ng mga magulang. Walang kapagurang ginaygay nila ang mga baryo at pinulong ang mga naninirahan.

Nakipanulµyan sila sa mga tagabaryo kung-saang nayon sila abutin ng gabi at wala nang panahong makauwi pa. Liban pa sa pagsungit ng panahon at hirap ng daan kung magyayao't dito pa sila sa bayan at sa mga baryo.

Sa Ilang, pinatuloy ang mag-asawang Lorie at Emman ng mag-asawang Saling at Edong sa kubo ng mga ito. Pinahanga sila ni Anna sa angking talino nito.

Sinabi ng mag-asawang Saling at Edong sa mga Corpus na ihahabol nila na bago pa magpasukan ay marunong nang magbasa't magsulat si Anna. Para hindi na mahirapan ang mga ito sa kanilang anak. Isa pa'y matutuwa ang mag-asawang Saling at Edong kung mabilis na mailipat sa susunod na mga grado ang anak nilang si Anna. Hindi ba't ilang taon na ring nabinbin ang pag-aaral ng kanilang anak?

Ibinahagi ng magulang ni Anna sa mag-asawang guro ang pangarap nilang mapagtapos sa pag-aaral ang nag-iisang anak—na para bang ang mag-asawang Corpus ay mga kabigang matalik na matagal lang hindi nakita.

"Igagapang namin ang pag-aaral ni Anna," sabi ni Edong. "Igagapang naming makapag-aral s'ya para lumaki s'yang matalino't hindi isang mangmang. Mahirap ang hindi magkaro'n ng mataas-taas na pinag-aralan. 'Yun ang dahilan kung ba't kami napadpad dito sa Ilang."

"Tulungan n'yo kami," sabi naman ni Saling. "Tulungan n'yong matuto ang anak namin. Tulungan n'yo rin kaming makayanang igapang ang pag-aaral ng aming si Anna!"

"Kaya nga mag-aaral tayong lahat, Edong... Saling. Tulung-tulong, sama-sama tayong mag-aaral: Sa pagtutulungan, malaki ang magagawa natin para mapaayos pa ang kabuhayan dito sa lugar. Ang di kaya ng isa, makakaya ng marami. Unti-unti, magkakaro'n tayo ng mga kailangan natin sa mas mahusay na produksyon. Isa-dalawang araro, isa-dalawang kalabaw... 'yun ay bilang simula lang. Para me magamit ang marami kung pagsasalit-salitan! Para mas maraming trabahong maharap kung matatapos agad ang dati nang mga gawain."

"Sana'y maging hulog na nga ng langit sa Santo Sepulcro ang inyong pagdating!" naibulalas nang mataos ni Saling.

"Kung kinausap man kami ng Diyos," ngiti ni Lorie kay Saling, "siguro'y nakumbinsi n'ya kaming dito nga kami higit na kailangan. Me hindi maiuutos sa tao kahit ang Diyos, Saling. Tao ang nagpapasya sa sarili kung ano ang gusto n'yang gawin, at siguro'y nagmamasid lang ang Diyos sa lahat ng mga ginagawa natin."

"Me mahimalang birhen kami dito sa Ilang, Mrs. Corpus!"

"Lorie, Saling. Oo, narinig na nga namin ni Emman ang tungkol dito at kay Maestro Gido. Narinig na rin namin pati ang tungkol sa pagkamatay ni Eliseo!"

"Hindi nakaya ni Eliseo ang paglalaban ni Maestro Gido at ng maligno sa katawan n'ya, Lorie!"

"Sino'ng makakakaya sa hindi mabilang na hagupit ng latigo, Saling?" at diretsong tinitigan ni Lorie sa mga mata si Saling.

"H-hindi nga... hindi nga nakayanan ni Eliseo!" at natawa ng alanganing tawa si Saling.

"Mabuti pa'y magpahinga na kayo," sinabi ni Edong. "Pagod kayo sa paglalakad at napuyat pa sa miting ng baryo."

"Wala sa miting kangina si Maestro Gido, ano, Edong?" nakatawang tanong ni Emman.

"Wala nga. Siguro'y me ginagamot s'ya. Pero hindi matatapos ang kwentuhan natin kung kami ang pagbibigyan n'yo. Magpahinga na kayo. Inayos na ni Saling ang silid."

Tumangging sa kaisa-isang kwarto ng kubo matulog ang mag-asawang Emman at Lorie. Hindi raw sila mga bisita, sabi. Pero lalo lang pinaggiitan ng mag-asawang Edong at Saling ang silid ng mga ito.

Nagkaisa sila sa isang kompromiso: sige, matutulog sa kwarto sa gabing iyon ang mag-asawang Corpus, pero hindi na mauulit iyon sa mga susunod na pakikipanuluyan nila—o hindi na sila muling makikituloy sa mag-anak na Saling, Edong at Anna!

ILANG araw bago magsimula ang klase, may bulaklak na ang mga daisy at kamantigue sa harap-bahay nina Anna. Isang umaga'y nakita na lang ng mag-asawang namumupol ng mga bulaklak si Anna.

"Ano'ng gagawin mo sa mga bulaklak, Anna?" tanong ni Saling sa anak.

"Iaalay ko sa birhen, 'Nay!"

"Bakit mo aalayan ang birhen ng bulaklak, Anna?" tanong ni Edong sa anak.

"Hihilingin ko po sa Kanya na h'wag sana kayong magkakasakit ng Nanay. Hihilingin ko ring matuloy na't hindi matigil ang pag-aaral ko. Hihilingin ko ring h'wag nang aalis para hindi na bumalik sina Titser Lorie at si Titser Emman."

"Naku, e, masyado palang maraming kahilingan ang anak mo, Saling!" tawa ni Edong.

"Kaya nga maghahandog ng bulaklak, e!" ngiting-ngiting sabi ni Saling,

"Para makinig ang birhen!" hagikgik ni Anna.

"H'wag kang magtatagal. At h'wag mong istorbuhin si Maestro Gido."

Sinabi ni Anna sa mga magulang na aalayan lang niya ng bulaklak ang Nuestra Señora del Corazon, Magdadasal nang konti. At uuwi agad.

7
Landas ng Kabanalan?

NALINGUNAN na lang ni Maestro Gido na nakatayo sa bungad ng pintuan ang batang si Anna, nakangiting hawak ng dalawang kamay sa tapat ng dibdib ang mga bulaklak.

"Ano'ng kailangan mo?"

Napabalikwas si Sabel mula sa pagkakahiga sa kandungan ng arbularyo.

Nakangiti pa ring napatingin si Anna kay Sabel.

"Narito pala kayo, Aling Sabel."

"N-nag... nagpapagamot ako kay Maestro Gido, Anna!"

"Oo, Anna... Anna pala'ng pangalan mo. Ginagamot ko nga si Aling Sabel mo. Pero... tapos na. Katatapos nga lang at paalis na si Sabel. Hindi ba, Sabel?"

"O-oo... oo!" at mabilis nang tumalikod at lumabas ng pintuan si Sabel.

"Ano'ng kailangan mo, Anna?" tanong ni Maestro Gido na hindi pa rin makatayo, dahil baka mapansin ni Anna ang kapuna-punang pamumukol sa harapan ng kanyang pantalon. "Kangino ka bang anak?"

"Anak po ako nina Saling at Edong, Maestro Gido. Nagpunta po ako para mag-alay ng bulaklak sa birhen... kasi'y me hihilingin ako sa kanya!"

"Pumasok ka na sa kwarto, Anna..."

Nagtuloy si Anna. Nilagpasan ang arbularyo sa mahabang upuang kawayan sa salas. Tuluy-tuloy sa loob ng kwartong gamutan.

Nang nasa loob na ng kwarto si Anna'y marahan, maingat na tumayo si Maestro Gido. Dahan-dahang lumakad at lumapit sa nakaawang na pinto ng silid. At sinilip duon ang batang si Anna.

Nakita niyang nasa harap na ng birhen ang mga bulaklak na dala ni Anna. At si Anna'y nakaluhod sa ibabaw mismo ng papag. Magkadaop sa dibdib ang mga palad. Nakataas ang mukha sa imahe ng birhen. Nakapikit ang mga mata. Kikibut-kibot ang maliit, rosas na bibig sa pagdarasal.

Sa tanawing iyon ng kamumusan, kawalangmalay at kabanalan, katakatakang sa halip na umamo ang bangis sa loob ng kanyang pantalon ay parang lalo pang nag-ulol iyon.

A, kaygandang bata! Kayselang kabuuan at kay-among mukha! Kayliit na rosas na bibig na bumubulong ng dasal na aywan kung bakit gusto niyang sana'y marinig niya!

Naramdaman ni Maestro Gido na gusto niyang lapitan si Anna at idikit ang kanyang tainga sa maliit, kulay-rosas, kikibut-kibot na bibig nito!

Mahigpit siyang kumapit sa gilid ng pintuan upang pigilin ang sarili sa gustong gawin ng ubod ng kanyang sarili. Nang magmulat na ng mga mata si Anna at marahang mag-antanda ay napasandal siyang pakubli sa dingding sa tabi ng pintuan sa labas ng silid.

"Aalis na po ako, Maestro Gido," nasa harapan na niya si Anna at nakatingala sa kanya; ang maliit na mukha'y ga-dangkal lang ang layo sa umbok ng kanyang pantalon.

Idinikit pa niya ang sarili, pasiksik, sa dingding—para mapigilan ang sariling lumiyad at makiskis sa mukha ni Anna.

Mabilis na ring tumalikod si Anna. Tuluy-tuloy na lumabas ng balkon.

"And'yan pa pala kayo, Aling Sabel!"

"Hinintay na kita, Anna... para sabay na tayong umuwi. Si Maestro Gido?"

"Ando'n, nakasandal sa dingding at nagdadasal!" sagot ni Anna at sinundan iyon ng matinis na hagikgik.

"Bakit, hindi ka ba n'ya sinamahan sa kwarto para magdasal sa birhen?"

"Naku, hindi! Ako lang naman ang me hiling sa birhen, e!"

"Oo nga pala. Tayo na! Maestro Gido, aalis na kami ni Anna!" pasigaw pang paalam ni Sabel sa arbularyo.

Mahina pero mariing minura ni Maestro Gido si Sabel. Mabilis siyang kumilos at pabalagbag na isinara ang pintuang patungo sa balkon. Nakalimutan nila ni Sabel na isara iyon dahil sa katakawan ni Sabel—pagdating na pagdating nito'y pumulupot agad sa kanya na parang sawa.

Tatawagin ba niya si Daling? A, si Daling ay ilang araw nang sinasamaan ng katawan. Ilang ulit nang pinainom niya si Daling ng malapot, mapait na katas ng mga ugat mula sa gubat. Mga ugat na pinakukuluan niya nang matagal upang ang katas ay maging malapot na malapot, mapait na mapait at matapang na matapang. Tatawagin ba niya si Daling?

"Daling! Daling!" sigaw niya sa bintana sa bahay na di-kalayuan sa bahay niya.

Si Daling ay hindi sumagot. Natanaw na lang niyang sumungaw ito sa bintana. Maputlang-maputla ang mukha.

"Makalilipat ka ba, Daling?"

Umiling-iling ang maputlang mukha ni Daling. Ang mukhang iyon sa kaputlaan ay mapusyaw, manipis na mukhang nilalaro ng hangin at parang natutunaw, natutunaw sa pakulimlim nang liwanag.

Padabog siyang umalis sa tabi ng bintana. At pabagsak na iniunat ang sarili sa mahabang upuang kawayan na hindi talagang si Daling o si Sabel ang naiisip kundi ang batang si Anna. Si Annang parang buko ng bulaklak na wala pang pangalan at mahiwaga.

KINABUKASAN, nagpunta si Maestro Gido sa bahay ng mag-asawang Edong at Saling. Inabutan niya sa harap-bahay si Anna na nagdidilig ng mga halamang namumulaklak. Si Edong ay nasa silong ng kubo at gumagawa ng kulungan ng manok. Si Saling naman ay nasa likod-bahay at namimitas ng mga bunga ng tanim na gulay.

"Maestro Gido! 'Tay! 'Nay! Si Maestro Gido!"

Pinagmasdan niya si Anna. Hinagod ng tingin ang kabuuan nito. Sa liwanag ng pang-umagang araw, parang sutla ang mamula-mulang balat ni Anna. Sa suot na manipis, maluwang na kamiseta na nakalilis ang mga manggas—lumalabas ang mabibilog, makikinis na braso nito.

Sa kamiseta'y aninag ang nagsisimula nang mamukol na dibdib ni Anna. Aninaw din ang suot nitong panties at sa paggalaw-galaw nito sa pagdidilig ng mga halaman ay nagkakaanyubog ang bilugang puwit nito at ang maliit na baywang.

Sa tuwing itataas ni Anna ang mga kamay sa pagbubuhos ng tubig at pagbasag sa hugos ng isa pang kamay at mga daliri, lumalabas sa laylayan ng maha-bang kamiseta ang mapuputing alak-alakan nito. Sa pagtingka-tingkayad, nakikita ang mapupulang sakong nito.

"Makikiupo ako, Anna," at kusa na siyang naupo sa hagdanan ng kubo; kailangan niyang maupo.

Lumabas mula sa silong si Edong. At mula sa likod-bahay ay heto na rin si Saling na may dalang mga gulay.

"Buti't napasyal kayo, Maestro," nakatawang sabi ni Edong. "Panhik kayo. Me salabat pang mainit sa kusina."

"Dito na lang, Edong. Talagang dito ang pasyal ko."

"Saling, ikuha mo nga ng salabat si Maestro."

"Hindi na. Nakaalmusal na 'ko. Ang daming gulay n'yan, Saling."

"Kailangan hong magtanim ng marami, Maestro. Mag-uwi kayo para matikman n'yo naman ang mga bunga ng tanim namin."

"Me kailangan ba kayo, Maestro?" tanong ni Edong.

"Natutuwa ako sa pagpasyal sa bahay kahapon ni Anna."

"Kusa ho n'ya 'yun. Kasi'y me hihilingin daw s'ya sa birhen."

"Tungkol du'n ang ipinunta ko. Alam kong pinasaya ni Anna sa kanyang pagpunta ang Nuestra Señora del Corazon."

"Narinig mo ba 'yun, Anna? Sabi ni Maestro, natutuwa ang birhen na siya'y inalayan mo ng bulaklak kahapon."

Nilingap sila ni Anna. Nakangiti't makislap na makislap ang bilog na bilog na mga mata.

"Pwede bang gawin mo lagi 'yun, Anna?"

"Hindi siguro araw-araw. Kasi'y malapit na 'kong mag-aral."

"Kahit hindi araw-araw, Anna. Kahit minsan lang sa 'sang linggo."

"Pag wala pong eskwela."

"T'wing Linggo, Anna, anak," sinabi ni Saling. "T'wing Linggo'y mamimitas ka ng bulaklak at dadalhin mo sa birhen,"

"E, di t'wing Linggo!" nakatawang sang-ayon ni Anna.

"At bilang kapalit, tuturuan kita tungkol sa mga gamot ko. Baka isang araw, pwede ka ring manggamot na tulad ko."

Napatingin ang mag-asawang Edong at Saling kay Maestro Gido.

"Ang kakayahan ay pwedeng ibigay ng birhen sa isang may busilak na loob. Kung hindi magkakamali ang pakiramdam ko, si Anna ay may busilak na kalooban. Kung hindi'y bakit kusa niyang maiiisip na alayan ng bulaklak ang birhen at ihain dito ang kanyang mga kahilingan?"

Nakangiting napatingin ang mag-asawang Saling at Edong sa kanilang anak.

"Anna, tama na 'yan. Maligo ka na nga't nang makapagbihis ka na."

Tumatakbong nagpunta si Anna sa likod-bahay kung-saan may balon na ginawa ng ama. Hinabol siya ng tanaw ni Maestro Gido.

"Tutuo ba ang sinabi n'yo, Maestro? Tuturuan n'yong manggamot ang anak namin?"

"Susubukan natin, Saling. Kung me owido s'ya ay madali namang makita 'yun. Titingnan ko t'wing pupunta s'ya sa birhen."

"Ay, Saling, pakiinit mo nga ang salabat at hindi ako papayag na hindi iinom si Maestro! Ihanda mo na rin ang gulay na iuuwi n'ya. Maglaga ka rin ng ilang itlog para me kasama ang salabat."

Nakiraan si Saling at pumanhik na.

"Ituloy mo lang ang ginagawa mo, Edong. Hihintayin ko lang ang salabat at itlog kung itutuloy mo ang ginagawa mo at hindi lalabas na ako'y malaki nang disturbo sa inyo!"

"E, di itutuloy ko na po, Maestro. Sandali na lang nama't matatapos nang talaga!" at mabilis nang bumalik sa silong si Edong.

"At ako nama'y titingin lang sa paligid. Ibig kong makita ang produkto ng sipag n'yong mag-asawa."

At tumayo na si Maestro Gido. Naririnig niya ang pagkawkaw ni Anna ng timba sa balon. Naririnig niya ang pagbubuhos nito ng tubig sa sarili—ang lagaslas ng tubig sa katawan nito. Magkukunwari siyang titingnan ang mga tanim ng mag-asawang Edong at Saling sa likod-bahay at makikita niya ang naliligong si Anna.

"Anna, tama na 'yan!" boses ni Saling mula sa bahay. "Nagbababad ka namang masyado sa tubig! Halika na't magbihis ka na!"

Mabilis na nagbalik sa pagkakaupo sa baitang ng hagdanan si Maestro Gido. At sabik na hinintay niya si Anna. Hubad-baro pa ba kung maligo si Anna? Pero kahit ipinambasa na nito ang suot na kamiseta, maninikit iyon sa katawan nito. Gusto niyang makita ang basang katawan ni Anna kahit pa may damit ito.

Ang malasutlang balat ni Anna. Ang tubig na babasa sa makinis na balat ni Anna ay parang hamog sa sutlang talulot ng isang bulaklak.

Nakadama siya ng panunuyo ng lalamunan. Napalunok siya nang ilang ulit. Nagsimulang lumaganap ang alinsangan sa buong katawan niya na ang sentro'y ang kanyang puson na waring pinakikisot ng masidhing init. Pinagkrus niya ang kanyang mga hita.

Anna. Bakit ayaw pang umahon mula sa paliligo si Anna?

"O, h'wag kang magkalat ng basa sa buong bahay!"

Narinig niya ang hagikgik ni Anna at mabilis siyang napalingon sa pinagmumulan niyon—sa loob ng kubo. Ang nahagip lang ng sulok ng kanyang mga mata ay kapiyangot ng puting katawang mabilis na nagdaan patungo sa kwarto ng kubo.

Nabugnos ang dibdib niya sa malaking panghihinayang. Sa likod nagdaan si Anna. May hagdan sa batalan na pababa sa likod-bahay. Duon umakyat si

Anna at hindi sa kinauupuan niyang hagdanan sa harap ng kubo ng mag-anak. Nagbantang magpuyos ang kalooban niya.

Mabilis siyang tumayo. At nagmamadaling lumabas ng bakuran.

"Maestro! Maestro!" habol sa kanya ng boses ni Edong na nagmamadaling lumabas mula sa silong.

"Sa ibang araw na lang ako iinom ng salabat at kakain ng itlog, Edong! Bigla kong naalalang me gamot na kailangan kong timplahin!" Tuluy-tuloy si Maestro Gido sa mabilis na paglakad pauwi.

8
Dugo ng Birhen

HUNYO at nagsigi-sigido na ang ulan.

Sa kabila ng tag-ulan at mga bagyo, nagbukas ang klase sa Santo Sepulcro. Sa maghapon, pag-aaral ng mga bata ang pinagtulungan ng mag-asawang Emman at Lorie. Sa gabi, pag-aaral naman ng mga matatanda—sa eskwelahang tolda ng mga Corpus. Na inililipat-lipat sa iba't ibang baryo sa bawat gabi; isang makilos na paaralang masa.

Iba't ibang paksa ang naihanda ng mag-asawang Corpus para sa kanilang adult education. Mga paksang makakatulong sa pagpapaunlad ng kabuhayan ng mga tagabaryo.

Mas maunlad na pagsasaka. At mga self-help project—o sariling pagsisikap para maparami pa ang pagkakakitaan.

Pagtutulungan at kooperatiba sa paggawa—sa pagsasaka man, paghahayupan, hanggang sa pagpi-presyo't pagdadala ng kanilang mga produkto sa kabilang bayan.

Pangmasang edukasyon sa kalusugan. Preventive medicine ang diin—paano mapangalagaan ang kalusugan at maiwasan ang sakit, at karagdagang kaalaman tungkol sa mga sakit at kaukulang mga gamot.

Tawa nang tawa si Emman nang ipagpilitan ni Lorie na isama ang pinakahuling topiko ng pag-aaral.

"Bakit? E, ano kung parang koleksyon ng pitak ng mga tips ni Aling Charing o ni Aling Lily sa *Liwayway*? Importante 'to, Emman!"

"Hindi lang importante kundi talagang kailangan nila."

"O, e, ba't mo pinagtatawanan?"

"Naiisip ko lang na talagang galit ka kay Maestro Gido."

"Bakit? Ikaw ba, naniniwalang nagdugo nga ang puso ng birhen nang haplusin ng mga kamay ni Gido nuong bata pa s'ya?"

"Pero ang buong Ilang daw ay nakakita sa sariwang dugo sa puso ng birhen at sa kamay ni Gido, Lorie!"

"Dugo na nga kung tutuong dugo. Pero ang tanong ay kung talagang nanggaling nga 'yun sa puso ng birhen, Emman! Maraming pwedeng pagkunan ng dugo, di ba?"

"Oo. Dugo ng baboy, dugo ng manok, dugo ng tao... yuck!"

"Yuck talaga kung iisipin mong mabuti, Emman. Tapos, ipangangalandakang nagmilagro ang birhen at si Gido ay isang banal! Hindi ba nakakainis talaga?"

"Yup! Kaya mga kababayan ko, narito si Lorena Corpus, frustrated doctor, at tuturuan kayo ng tungkol sa herbal medicine at acupuncture. Wala siyang basbas ng anupamang board sa panggagamot, pero binasbasan siya ng inyong lingkod, Emmanuel Corpus, na pari na sana ngayon kung hindi tinurukan ng love potion ng pinakamagandang barefoot doctor sa buong mundo!" At pumalakpak pa si Emman.

Nakatawang bumaba ng kama si Lorie at humarap kay Emman.

"Ang bawang!" At nakangiting yumukod pa si Lorie. "Ang bawang ay may sangkap na nakagagamot ng sipon at ubo. May sangkap ding nakakapagpababa ng choles-terol. Sangkap na nakakatulong para hindi lumapot ang dugo na siyang dahilan ng alta-presyon. Ang bawang ay panlaban din sa mga multo't maligno na tulad ni Maestro Gidong pinagdugo ang puso ng birhen!" At muli, nakangiting yumukod si Lorie—gracefully na parang isang mananayaw sa gitna ng entablado pagkatapos magtanghal.

"At ano ang gamot pag ganitong Linggo at umuulan at maginaw, doctor?"

"Mahiga ka lang d'yan at magrelaks at ako'ng bahala sa 'yo." At nilundag ni Lorie si Emman sa ibabaw ng kama at kiniliti nang kiniliti upang sirain ang gana nito.

"Lorie! L-Lorie!" humahalakhak na sigaw ni Emman.

Nang lupaypay na si Emman sa kama, namaywang si Lorie sa ibabaw niya. "Kiliti ang gamot sa malilibog na lalaki!"

LINGGO lang ang inililibre ng mag-asawang Corpus para sa kanilang sarili. Mula Lunes hanggang Sabado ay abalang-abala sila sa pagtuturo. Iba't ibang baryo ang pinupuntahan nila sa bawat gabi, Lunes hanggang Biyernes.

Ang Sabado ay inilalaan nila sa practicum. Nakikitanim sila sa mga tagabaryo. Sumasali sa paggawa ng natural na pataba o composting. Nakikialaga ng mga manok at baboy. Nakikiani.

Tumutulong sila sa paggawa ng mga kulungan ng baboy at manok, ng mga paragos at kariton para sakyan ng mga gulay, prutas, kamote, mani at mga manok, na hihilahin ng kalabaw paluwas sa palengke ng isang karatig-bayan.

Nakikilahok sila sa talakayan sa pagpipresyo ng mga produkto batay sa datos ng presyo sa Kamaynilaan at sa mga bayan na nalilikom nila.

Katulong sila sa pagpapasigla ng talakayan at pagkakaisa kung mag-aambagan na ng makakayanan ang mga tagabaryo para makabili ng kalabaw at araro't suyod. Hanggang sa palabunutan ng mga pamilya kung paano ang pagkakasunud-sunod ng paggamit ng mga kasangkapan sa produksyon kung nakabili na ng mga ito.

Nakikisali sila sa diskusyon kung pwede nang magtayo ng isang tindahang kooperatiba sa isang baryo para maisaayos ang mga patakaran at palakad nito. Isang tindahan ng mga karaniwang pangangailangan mula sa asin, asukal, posporo hanggang gas para sa mga ilawan.

Umuuwi sila sa bayan na maraming bitbit na mga gulay at isa-dalawang manok na binibili nila sa mga tagabaryo. Hindi sila pumapayag na hindi pabayaran ng mga ito ang talaga namang bibilhin nila sa palengke dahil kailangan nila. Ang pinapayagan lang nila'y ang konting tawad at ilang dagdag—iyon nama'y magandang ekspresyon ng mabuting pagsasamahan sa pagitan nila at ng mga tagabaryo.

SA BARYO Ilang, na lugar mismo ni Maestro Gido, ibayo pang pinasigla ni Lorie ang pakikipagtalakay sa mga tagabaryo tungkol sa kalusugan, sakit at gamot—diin sa herbal medicine.

"Karaniwan namang mga halaman at puno ang pinagmumulan ng mga sangkap ng gamot para sa mga sakit. Kailangan lang malaman ng mga tao kung anu-anong halaman ang mayroon ng kung anu-anong sangkap na makagagamot sa anu-anong sakit. Kung mangyayari ito, pwede nang gamutin mismo ng tao ang kanyang sarili. Basta alam niya kung ano ang sakit n'ya!"

Nagtaas ng kamay si Daling. "Pa'no natin malalaman kung ano ang sakit?"

"Me malilinaw na palatandaan ang bawat klase ng sakit. Simtomas ang tawag sa mga ito. Pag-aaralan natin ang mga ito. Hindi man lahat ng sakit ay mapag-aralan natin, tiyak na pag-aaralan natin ang mga sakit na karaniwan sa lugar na kinaruruonan natin. Halimbawa'y ang sakit ng tiyan at pagtatae, na nakukuha sa maruming tubig at mga dumi sa kapali..."

"Hindi na namin kailangang pag-aralan pa ang mga 'yan. 'Andito naman si Maestro Gido na mahusay gumamot."

Napatitig si Lorie sa babaing nagsalita nang walang pasintabi man lang. Pinutol siya sa gitna ng kanyang pagtatalakay. Papunta pa naman siya sa mahalagang usapin ng kung ano ang pinagmumulan ng sakit. At kung paanong ang paggagamot ay nagsisimula sa kung paano ang mga paraan na maiiwasan ang sakit. Preventive medicine—dito umiinog ang nilalaman ng pangmasang edukasyon hinggil sa kalusugan, ang pag-iwas sa sakit at karagdagang kaalaman tungkol sa mga karamdaman at kaukulang mga gamot.

"Ano'ng pangalan mo?" nagpapakahinahong tanong niya sa babae.

"Sabel."

"Sabel. Sabel..." Napasulyap siya kay Emman.

"Eliseo," anas sa kanya ni Emman.

"A, ikaw si Sabel, ang asawa ni Eliseo!" at iniunat ni Lorie ang nahukot na likod kangina sa pagputol ni Sabel sa pagsasalita niya. "Si Eliseo, ang lalaking sabi raw ni Maestro Gido ay pinasok ng maligno sa katawan. Gano'n nga ba?"

Nagtanguan ang ilan sa mga dumalo sa eskwelahang tolda ng mga Corpus. Nag-anasan ng oo, oo, siya, siya nga, ang iba pa.

"Si Eliseo na ginamot ni Maestro Gido... at namatay. Tama ba, Sabel?"

Lubusan nang napipilan si Sabel. Wala siyang masasabi pa at paingos na tumalikod siya para umalis na. Pupuntahan niya si Maestro Gido. Talaga namang hindi niya planong dumalo sa pag-aaral na iyon. Mas libre siyang puntahan ang arbularyo dahil sa pag-aaral na iyon. Pero si Maestro Gido mismo ang nagsabing dumalo siya para alamin kung anu-ano ang itinuturo sa mga tagabaryo ng mga dayuhang guro mula sa Maynila.

"Sabel..."

Napatigil si Sabel sa paghakbang paalis.

"Pakinggan mo 'to, Sabel, bago ka umalis. Sa makabagong panggagamot, walang duktor na gumagamit ng latigo sa kanyang pasyente."

Gumapang ang anasan sa mga tagabaryo. Humakbang na si Sabel para tuluyan nang umalis, pero muli siyang pinatigil ng tinig ni Lorena Corpus.

"Wala akong alam tungkol sa maligno, Sabel. Pero alam kong ang paglatigo nang walang tigil sa isang taong nakatali ang mga kamay at paa ay pwedeng makamatay sa nilalatigo. Pwedeng mag-aberya ang puso niya. Pwede ring magdugo siya sa loob ng katawan."

Parang sinisilihan na ang pakiramdam ni Sabel at sumugod na siyang umalis ng tolda sa kabila ng nagsisimulang pumatak na tikatik na ulan.

Nagpatuloy si Lorie kahit sa tantya niya'y gusto nang takbuhan ni Sabel ang kanyang mga salita.

"Ang alinmang sakit na hindi kilala ay maaaring tawaging maligno, o masamang ispiritu, o mahiwagang

karamdaman, o ng kahit ano pa—liban sa tunay nitong
pangalan."

"Naiintindihan n'yo ba ang gusto kong sabihin? Tulad
ng marami sa 'tin, si Maestro Gido ay hindi rin nakapag-aral
talaga tungkol sa mga sakit at gamot ng mga ito. Hindi
tutuong isa s'yang eksperto! Me konting alam s'ya siguro
tungkol sa mga dahun-dahon at ugat-ugat, pero ang mga
ito'y pwede rin nating malaman. Pero ang laway... ang laway
ay mas me mikrobyong lumilikha ng sakit kaysa sangkap
na gamot! Ang bulong at buga, dahil mula rin sa maruming
bibig, ay mas me banta ng sakit kesa nagbibigay ng lunas.
Naiintindihan n'yo ba?"

Isang matandang lalaki ang nagtaas ng kamay. "Pero
marami nang napagaling si Maestro Gido. Ang mismong
rayuma ko nga'y gamay na gamay na ang mga kamay n'ya!"

"Siguro naman, Tatang, ay wala nang mas gamay pa
ang katawan n'yo kesa mga kamay ni Nanang! Subukin
n'yong ke Nanang na lang pahilot ng mainit-init na langis
sa inyong baywang. O kaya'y patapal ke Nanang sa mga
tuhod ng dahon ng ikmo't dinikdik na luya sa langis. Pag
hindi naibsan ang kirot ng mga kasukasuan n'yo na likha
ng lamig, saka na lang kayo pahimas sa mga kamay ni Mae-
stro Gido!"

"Oo nga naman, oo nga naman!" nagtatawanang sang-
ayon ng marami. "E, gano'n din naman ang gamot ni Mae-
stro Gido, e! Langis ng niyog. Pinitpit na luya. Dahon ng ikmo.
Nagpapainit talaga ang mga iyon sa nalamigang mga laman-
laman at butu-buto."

"At oo nga—may iinit pa ba sa mga kamay ng mahal
mo?"

Biglang sumabog ang pagkakatuwa at tawanan.
Masuyong tinitigan ni Lorie si Emman at si Emman ay
umihip ng halik sa kanya.

ISANG Linggo na toka ng mag-asawang Saling at Edong
na magluwas ng mga produkto ng baryo sa bayan, kahit
namimigat ang katawan ay namupol pa rin ng mga
bulaklak si Anna. Para ialay sa Nuestra Señora del
Corazon sa altar sa bahay ni Maestro Gido. Kahit

pakiramdam niya'y para siyang lalagnatin, at nagsisimula nang umulan, nagsalakot lang siya't nagtuloy pa ring lumakad na dala ang mga bulaklak.

Hindi pa siya nakakarating sa bahay ni Maestro Gido ay lumakas pa ang ulan at sinabayan ng palakas ding hangin. Nakadama si Anna ng ginaw sa kabila ng pag-iinit ng katawan.

Sarado ang pinto ng bahay ng arbularyo. Dahil sa hangin ay nababasa rin ang balkon ng bahay. Kung hindi sarado ang pinto, ang ulan ay papasok din sa kabahayan. Kinatok ni Anna ang pinto at tinawag nang paulit-ulit si Maestro Gido. Basa na siya. Basang-basa ang pakiramdam niya at nakakadama siya ng magkahalong ginaw at alinsangan.

Nagbukas ng pinto si Maestro Gido.

"Anna! Pasok, pasok at basang-basa ka na!"

Pagkapasok niya'y mabilis na isinarang muli ni Maestro Gido ang pinto.

Nanatiling nakatayo lang si Anna sa makapasok ng pintuan. Basang-basa siya at ayaw niyang mabasa ang kabahayan ng arbularyo. Napayuko siya sa mga tulo ng tubig-ulan mula sa basa niyang damit. At napamulagat siya sa nakitang bumabasa, umaagos sa isang binti. Hindi lang tubig-ulan iyon. Dugo... dugo!

"M-Maestro Gido!" iyon ay impit na tili mula kay Anna.

Kangina pa minamasdan ni Maestro Gido ang kabuuan ni Anna at kitang-kita niya ang nagaganap sa dalaginding.

"H'wag kang matakot, Anna... h'wag kang matakot. A-akong bahala sa 'yo. Alam ni Maestro Gido ang sakit mo. At... at gagamutin kita."

At maingat na kinarga ni Maestro Gido si Anna at ipinasok sa kwartong gamutan.

9
Huling Ritwal ng Demonyo

PAYAKAP na kalong si Anna, inilapit ni Maestro Gido ito sa imahe ng Nuestra Señora del Corazon.

"Ialay mo , Anna, ang 'yong bulaklak sa birhen," anas niya sa isang màliit, maputing tainga ni Anna.

Inilagay ni Anna ang mga bulaklak sa harap ng birhen.

"Mahiga ka't magdasal sa birhen habang ginagamot kita." Nangangapal, may katal sa mahinang-mahinang boses ni Maestro Gido. "Mahiga ka't pumikit at magdasal sa birhen... habang ginagamot kita."

Bumubuhos na ang ulan. At nagsisimula nang umalimpuyo ang hangin. Ang gubat ay tila makapal na buhok na lunti't kayumanggi na sinasabukay ng hangin. Nabubulabog ang mga ibon, paniki, unggoy, baboy-ramo't ahas at ang kanilang mga ingay na sumasanib sa haplit ng hangin sabay sa malikot na galaw ng mga puno ay lumilikha ng nakakikilabot na musika ng isang unos.

Sa loob ng kwarto ng sikretong mga seremonya ni Maestro Gido, nagsisimula na siya sa kanyang ritwal ng malademonyong kamunduhan. Hinubaran niya si Anna at nandidilat ang mga matang pinagmasdan ang dugong lumalabas sa kaselanan nito. Katal ang mga kamay na pinahid niya iyon at inihaplos sa nakalantad na puso ng birhen sa altar. Patuloy niyang pinahid iyon at inihilamos sa kanyang hubad na dibdib, sa kanyang mukha.

Nang magmulat ng mga mata si Anna ay nanghilakbot siya sa pagkakita sa duguang mukha't katawan ni Maestro Gido.

"Sssshhh. H'wag kang matakot, Anna. Ang nakikita mo'y dugo ng birhen. Nagdurugo ang birhen at ito'y nangangahulugan ng kanyang biyaya! Pumikit ka lang at magdasal, magdasal habang gingamot kita..."

Sa gitna ng nag-alimpuyong poot ng kalikasan, walang makakarinig sa pagpapagibik ni Anna. Hanggang mapugto ang kanyang mga sigaw at tuluyang mawalan siya ng ulirat.

"ANNA! Anna!"

Paulit-ulit na kinabog ni Edong ang nakasarang pintuan ng bahay ni Maestro Gido. "Maestro Gido, Maestro Gido! Anna, Anna!"

Halos manghilakbot si Edong nang pagbuksan siya ng pintuan ng arbularyo. May bahid ng dugo sa mukha't dibdib nito.

"M-Maestro Gido?"

"Narito si Anna, Edong. Narito si Anna at nag-alay sa birhen ng bulaklak at isang himala ang nangyari. Kasabay ng pagdurugo ni Anna sa kanyang pagdadalaga'y muling nagdugo ang puso ng birhen at ako'y nagdugo rin sa mukha'y dibdib at mga kamay gayong wala naman akong sugat!"

Paragasang pumasok si Edong na hindi na nag-alis ng suot na kapote. Inabutan niyang umuungol, dumaraing si Anna sa papag sa silid-gamutan ni Maes-tro Gido. Nakita niyang nagdurugo nga ang kaselanan ng anak at may napansin pa siyang kakaiba na nagpanginig sa buong katawan niya at nagpangalos sa kanyang mga tunod.

"A-Anna? Anna, anak!"

Gulilat ang mga matang napadilat sa kanya si Anna. At si Anna, ang kanyang anak, ay parang hindi siya kilala at takot sa kanya. Umisod pa itong palayo sa kanya. Nangangatal ang maselang katawan at niyayakap ang sariling kahubaran.

Mabilis niyang hinubad ang suot na kapote at ibinalot kay Anna at mabilis itong kinalong at halos tumatakbong inilabas ng bahay ng arbularyo. Itinakbo sa buhos ng ulan at haplit ng hangin, itinakbong pauwi at isinakay sa karitong pinaglagyan ng mga panindang dinala nila ni Saling sa kabilang bayan at tinawag si Saling at sa gitna ng unos ay pinalakad ang kalabaw hila ang karitong sinasakyan ng kanyang mag-ina.

"Diyos ko, ano'ng nangyari ke Anna, Edong? Anna, Anna, anak, ano'ng nangyari sa 'yo? Edong, ano'ng nangyari ke Anna sa bahay ni Maestro Gido?" Sumisigaw na si Saling sa hangin at ulan at nahihilam sa ulan at luha ang mukha niya't dibdib.

"Malalaman natin, Saling! Patutulong tayo kina Emman at Lorie at malalaman natin!" Hinahaplit na halos ni Edong ng patpat na hawak ang pigi ng kalabaw para tumakbo ito kung makatatakbong tulad ng kabayo.

"Edong, bakit? Ano'ng nangyari? Hoy, Edong!"

"Saling, Saling! Sa'n ba'ng punta n'yong mag-anak e kalakas ng ulan?"

Wala nang naririnig pa ang mag-asawang Edong at Saling. Si Edong ay tiim-bagang na nakatutok ang isip sa pagpapabilis sa kalabaw para makarating agad sila sa bayan. Si Saling ay hindi malaman ang gagawin sa parang nagdideliryong si Anna na sa mahigpit na pagkakayakap niya ay halos gusto niyang ibalik sa loob ng kanyang sinapupunan.

MABILIS na siniyasat ng mag-asawang Corpus ang kalagayan ni Anna. Mabilis ding inayos na mabuti ito— binalot ng makapal na kumot bago binalot ng kapote.

"Sa pinakamalapit na lugar tayo, Edong, na makakakuha tayo ng sasakyan," sabi ni Emman kay Edong.

"Dadalhin natin si Anna sa pinakamalapit na ospital," sabi naman ni Lorie.

At nagmamadaling isinakay nilang muli si Anna sa kariton. Sumakay na rin si Lorie katabi ni Saling.

"Pwede na 'kong maglakad, Edong, kung mahihirapang masyado ang kalabaw at babagal lang tayo. Runner ako sa kolehiyo no'n, kayang-kaya!"

"Kaya pa, Emman... sakay na!"

Sakay ng isang kakarag-karag na dyip na inarkila nila sa unang baryo ng sumunod na bayan, sa isang maliit na pambayang ospital sila bumagsak. Habang naghihintay ng resulta ng pagsusuri kay Anna, nag-usap nang mahina ang magkatabi sa pagkakaupong mag-asawang Corpus.

"Corpus delicti, Ms. Corpus?"

Marahang napatango si Lorie. "Yes, Emman. We need all the facts that will show and prove that a crime was committed against this child! Ang kailangan lang natin ngayon ay ang katotohanan!" Nababasag sa damdamin ang boses ni Lorie.

"At pagkatapos?"

Sa pagitan ng gustong magtagis na mga ngipin ay sinagot iyon ni Lorie: "Corpus juris, Emman. Ang lahat ng batas ng bayan para maparusahan ang kriminal at magkaro'n ng katarungan si Anna!"

"Are you happy you're married to a Corpus, Lorie?"

"Why, of course, and how! At nakatutuwang isiping nakakapag-live up tayo sa kahulugan ng ating pangalan. Better dead kesa walang set ng kumpletong mga paninindigan, o mga batas na pinananaligan. Saka... gustung-gusto ko ang saligang sustansya ng pagkatao mo, Mr. Corpus!"

"Same here. Long live our mutual admiration club!" at ninakawan ng halik ni Emman si Lorie nang hindi mapapansin ng mag-asawang Edong at Saling na magkayakap at nag-aaluan sa banda ruon.

CORPUS delicti. Ginahasa si Anna, ayon sa resulta ng pagsusuri. Pilas ang hymen ng dalagita. May sugat ito sa vagina at namamaga ang kaselanan nito. Malinaw na sapilitang pinasok ito ng isang lalaki. Sa kabila ng pagdurugo nito ay may nakuha pa rin ang mga duktor ng residue ng semen sa loob ng kanyang pagkababae.

Umiiyak na sinuntok ni Edong ang pader na dingding ng ospital. Nagpapalahaw naman ng panangis si Saling.

Pinahinahon nina Emman at Lorie ang mag-asawang Edong at Saling na saklot ng magkakahalong paghihinagpis, pagkapoot at panggigipuspos. Sinabihang bahala na ang batas at ang buong Santo Sepulcro kay Maestro Gido. Bago sila umuwi—si Saling na muna ang bahalang magbantay sa anak—ay daraan na sila sa himpilan ng pulisya sa bayang iyong may ospital.

Wala naman kasing pulisya sa Santo Sepulcro. Ang tutuo'y wala itong talagang mga opisyal ng bayan. May ilan lang hinirang na tipong caretaker nito na nahirang lang kasi'y naging mga lider ni ganito at ganuong nanalong mga pulitiko nuong nagdaang eleksyon.

"Naku, wala ho sa hurisdiksyon namin ang Santo Sepulcro," sabi sa kanila sa himpilan ng pulisya.

"Pero kayo ang pinakamalapit na mga maykapang-yarihan sa Santo Sepulcro!" mariing sabi ni Emman. "Naglulungga sa Santo Sepulcro ang isang kriminal na gumahasa sa isang bata at pumatay sa paglatigo ng isa pa, sa Maynila pa ba kami tatakbo't hihingi ng tulong?"

"Wala ho kaming maggawa. Baka kami naman ang maakusahan ng pakikialam sa lugar na hindi naman sakop ng aming kapangyarihan."

"Pero wala namang iba pang kapangyarihang nakakasakop sa Santo Sepulcro, Hepe. Ang tanging maykapangyarihan du'n, kung mero'n man, ay si Maes-tro Gido—at siya mismo ang kriminal."

"Hanyo't ipapaabot na lang ho muna namin ke Meyor para pag-usapan at pagpasyahan ng mga opisyal ng munisipyo. Mahirap hong kumilos nang kusa lang namin e parte kami ng gubyerno ng munisipyong 'to. Baka bukas-makalawa'y mapagpasyahan din 'yan, at tyempo na rin sigurong bubuti na ang panahon."

Tumigas na ang mukha ni Emman. "Hepe, me higit pang importanteng bagyo kesa bagyo ng kalikasan. Ang pananalasa ng isang kriminal sa Santo Sepulcro ay unos sa buhay ng maraming nilalang! Hindi natin sila masisisi kung ang bagyong ito'y umani ng mas malakas na unos mula sa taumbayan!"

At tumalikod na si Emman at lumisang kasunod sina Lorie at Edong.

"Ibibigay natin sa bayan ang pagpapasya. Magpapamiting tayo tungkol sa krimen ni Gido mula sa bayan hanggang sa bawat baryo ng Santo Sepulcro. Corpus juris, Lorie? Lahat ng batas para sa kapakanan ng mamamayan!"

"Corpus juris, Emman," nakangiting hinawakan nang mahigpit ni Lorie ang isang palad ng asawa.

"MATAGAL na siyang nabubuhay sa dugo ng mga taga-Santo Sepulcro—si Gido. Kinain n'ya pati laman ng 'sang musmos at walangmalay—si Anna, anak ng mag-asawang Saling at Edong. Si Annang ginahasa ni Gido ay nasa ospital ngayon, wala sa sarili, at takot maging kay Edong na sariling ama niya. Kailangang dakpin natin si Gido para mabigyan ng kaukulang kaparusahan!"

Sa gitna ng ulan at hangin, paos na ang boses nina Emman at Lorie sa pagpapalitang magpaliwanag tungkol sa krimen ni Gido sa bawat baryong dinaranan nila. At habang lumalapit sila sa Ilang ay nagiging isang malaking pulutong sila.

Sa huling baryo bago ang Ilang, napahagulgol ang ina ni Eliseo. "Ganyan na nga ba ang matinding kutob ng loob ko no'n pa man. Si Gido ay hindi tutuong manggagamot, siya'y isang kriminal at pinatay n'ya ang anak kong si Eliseo!"

Nagsuksok ng gulok sa baywang ang ama ni Eliseo na asawa ni Sabel na kalunya ng arbularyong kriminal.

GABI na nang madala sa ospital si Anna. Ngayo'y gabi ng sumunod na araw. Papahupa na ang bagyo, pero papalakas ang unos ng poot sa dibdib ng malaking pulutong ng mga taong nalikom sa mga pamiting ng mag-asawang Corpus sa mga baryo ng Santo Sepulcro pauwi ng Ilang.

Hindi na gaanong malakas ang ulan. Pero humahagunot pa rin ang hangin. Nagsisiyapan ang mga kuliglig, kumukokak ang mga palaka, humahagok ang kwago, kumakakak ang kalaw, kumakatsang ang unggoy, umaalulong ang usa, sumasayaw ang mga punong nagkakalagas ang mga dahon at nagkakabali ang mga sanga, at naglulusak ang lupa sa luha ng langit sa simponya ng panaghoy ng gabi at gubat.

"NAKIKITA mo ba, Sabel? Muling nagdugo ang puso ng birhen! Tingnan mo, Sabel, tingnan mo!"

"Ano'ng ginawa mo ke Anna? Narinig ko kanginang umaga na isinugod daw sa bayan ng mag-asawang Edong at Saling si Anna pagkaraang kunin dito ni Edong. Ano'ng ginawa mo ke Anna?"

"Ano'ng gagawin ko ke Anna, Sabel? Si Anna ay niregla nang mag-alay ng bulaklak sa birhen. At himalang nagdugo nga ang puso ng Nuestra Señora del Corazon! Si Anna'y maaaring tulad ko rin na 'pinili,' Sabel!"

"Sabihin mo 'yan sa lelang mong bulok na nasa hukay, Gido! Pati ba naman ako'y lulukohin mo pa?"

"Ano ka ba naman, Sabel? Sinasabi ko sa 'yong me dahilan para magsaya tayo, panay ang maktol mo d'yan! Halika na't magsaya tayo sa pinakamasarap na paraan natin ng pagsasaya!" At nagtatawang dinaklot ni Maestro Gido ang mga suso ni Sabel.

Napahupa ng kapangyarihan ng mga kamay at katawan ng arbularyo ang nagbabagang selos sa dibdib ni Sabel. Naglingkis ang kanilang hubad na mga katawan sa papag sa ibaba ng altar ng birhen na parang paglilingkis ng naghahamok na baboy-ramo't ahas sa gitna ng gubat.

Wala silang kamalay-malay na tahimik na pinaggigising ng pulutong ng mga taong kasama nina Emman, Lorie at Edong ang kanilang mga kababaryo sa Ilang.

Nagulantang na lang sila—sina Gido at Sabel—sa malakas na boses ni Edong na tumatawag sa arbularyo.

"Maestro Gido! Maestro Gido!"

10
Uhaw sa Dugo
ang Poot ng Bayan

"PAGBUKSAN mo kami, Maestro Gido. Gusto naming dasalan ang nagdurugong puso ng birhen!"

Nagmamadaling nagbihis si Maestro Gido at si Sabel. Napakislot sila nang marinig ang mga katok sa pinto palabas sa balkon.

"Maestro Gido! Ilabas mo rito sa balkon ang birhen at gustong dasalan ng buong Santo Sepulcro na binalitaan namin ni Saling ng muling pagdurugo ng kanyang puso!"

"Narinig mo ba 'yun, Sabel?" anas ni Maestro Gido habang namimilog at nangingislap ng baliw na kislap ang mga mata. "Hinintay lang nilang tumila ang ulan at dumating sila kahit dis-oras ng gabi para dasalan ang birhen! H'wag kang lalabas, Sabel, at ilalabas ko lang ang birhen."

Nang magbukas ng pintuan si Maestro Gido ay nanlaki ang kanyang mga mata sa laki ng pulutong na tumambad sa kanya. May hawak na mga sulo ang maraming taga-Santo Sepulcro na dumating upang magpugay sa birhen, nakapalibot sa buong bahay niya!

"E-Edong? Tutuo ba ang sabi mo kangina? N-Naparito sila para dasalan ang birhen? S-sinabihan mo silang nagdugong muli ang puso ng birhen kasabay ng pagdadalaga ni Anna... at naparito sila para magdasal?"

Ang apoy ng hawak na sulo—dulo ng kawayang may saksak na basahang itinubog sa gas—ay biglang isinalaksak ni Edong sa mukha ng arbularyo.

Napasigaw si Gido. Nabitiwan ang imahe ng Nuestra Señora del Corazon. Ang birheng yari sa yeso ay sumabog sa maraming piraso sa sahig habang umaaringking sa pagkalapnos ng mukha ang arbularyo. Isa pang duldol ng apoy—ngayo'y sa damit naman niya—at nagmistulang demonyong sumasayaw sa apoy ng impyerno na umigtad-igtad si Gido habang nagpapalahaw.

"Ginahasa mo ang aking anak, Gido. Kahit buhay ka pa'y ipararanas ko na sa 'yo ang impyerno!" At isa pang duldol ng sulo—ngayon nama'y sa suot na kutod nito, sa lugar ng kanyang pagkalalaki.

Napasugod ng akyat si Emman kasunod ang iba pang kalalakihan.

Nananaghoy, humahalinghing ang arbularyong nasusunog ang suot na kamiseta't karsonsilyo. Mabilis na hinubad ni Emman ang suot na dyaket at ipinalu-palo iyon sa apoy sa katawan ni Gido na nakahiga na ngayon at umiikut-ikot sa sahig upang mapatay din ang apoy sa sariling katawan.

"Dinarakip ka namin, Gido, para pagdusahan ang mga kasalanan mo. Ang panggagahasa mo kay Anna. Ang pagpatay mo kay Eliseo na asawa ni Sabel. At iba pang siguro'y ikaw na lang ang nakakaalam."

Biglang nakasingit sa nakakumpol na tao kay Maestro Gido si Daling. At bago nakahuma ang lahat ay inundayan ng saksak ni Daling ng kutsilyong hawak ang arbularyo—sa mukha, sa dibdib, sa tiyan, bago nagawang mapigilan ni Emman ang kamay niya.

"B-binuntis n'ya 'ko... bago i-inilaglag ang bata sa mapapait na gamot na pinainom n'ya sa 'kin! P-pinatay n'ya ang anak ko. B-binuntis n'ya 'ko... at kasabay na k-kinakalantare rin n'ya si Sabel!" At sinugod ni Daling ang kwartong gamutan at itinulak na pabukas ang pinto niyon.

Napatili si Sabel nang matambad sa ibabaw ng papag sa loob ng silid. Napilitan siyang lumabas at inabutang titiguk-tigok na ang hininga ng sinasamba-sambang si Maestro Gido.

"Oo," wala na ring magawa si Sabel kundi umamin. "At... k-kaming dalawa ni Gido ang... p-pumatay kay Eliseo." At yumuko siya sa nakahandusay, duguang kalunyang arbularyo at dinuran ito sa mukha. "Sayang ang pagmamahal ko sa 'yo. M-minahal kita kahit alam ko sa s-simula pa lang na hindi ka talagang banal! H-hayup din ako, p-pareho tayo... pero m-marunong akong magmahal talaga. M-mali nga lang ang lalaking m-minahal ko!" Tuluyan nang napahagulgol si Sabel. Si Maestro Gido nama'y tuluyan nang lumungayngay sa pagkapugto ng huling hibla ng hininga niya.

Napahinga nang malalim ang ama ni Eliseo na kangina pa mahigpit na hawak ang puluhan ng kanyang gulok; humahanap lang siya ng pagkakataong maitaga ang kanyang itak sa ulo ng huwad na manggagamot.

"Kailangan pa rin nating maipaliwanag sa mga maykapangyarihan ang buong pangyayari," sabi ni Emman. "Kailangan nating dalhin sa pulisya ang bangkay ni Gido. Pakibuhat ang bangkay at ilabas ng bahay."

NANG mailabas na nila ang bangkay ni Gido, isinigaw ng ama ni Eliseo ang matagal nang kimkim na poot sa kanyang isip at dibdib.

"Hindi ang katawan ng anak kong si Eliseo ang ginawang tahanan ng maligno! Ang bahay na ito ang bahay ng maligno, at si Gido ang tunay na maligno! Sunugin ang bahay ng maligno!" At inihagis ng ama ni Eliseo ang sulo niya sa pintuan ng bahay ng arbularyo.

"Sunugin, sunugin ang bahay ng maligno!" sunuran ng iba pa at ipinaghahagis din ang kanilang mga sulo sa loob ng bahay ni Gido, ang arbularyong nagpanggap na pinagpala at banal—sa pamamagitan ng yesong imahe ng Nuestra Señora del Corazon na inihabilin daw ng isang pari sa ama niyang si Andoy na isang magnanakaw, kriminal at manggagantso...

Napasiksik si Lorie kay Emman. Kinabig ni Emman payakap sa dibdib niya ang asawa.

"Sunugin ang bahay ng demonyo, sunugin!"

Kasabay ng itim na simponya ng gabi at gubat—hagok ng kwago, kakak ng kalaw, katsang ng unggoy, kokak ng palaka, plapplap ng paniki, siyap ng kuliglig, sayaw ng kamatayan ng baboy-ramo't ahas, hagunot ng hangin, hutok ng kawayan, yanig ng puno, dapurak ng mga dahon, ingit-alit-it ng nababaling mga sanga at iyak ng tubig-ulan sa naglulusak na lupa—sumagitsit sa hangin ang papalaking apoy na tumutupok na, lumalamon sa bahay ng patay nang si Gido na nakalatag ang lapnus-lapnos at duguang katawan sa maputik na lupa.

Kinain ng apoy ang buong "bahay ng demonyo." At lahat ng itim na parapernalya sa panlilinlang sa loob nito: bato, buto, bungo, mga tuyong ugat, baging at dahon, tuyot na mga talulot ng bulaklak, langis, tawas at kandila, pangil ng baby-ramo, ngipin ng unggoy at pakpak ng paniki, bastong kamagong at buntot-page, at pira-pirasong yeso ng imahe ng birheng nakalantad ang pusong may-koronang tinik at nagdurugo.

EPILOG

MATAGAL nang nangyari ang istorya tungkol sa bayan ng Santo Sepulcro—ang bayang pinasinayaan at binasbasan isang Biyernes Santong patay si Kristo. Ngayon ay wala na ang bayan sa Ilang na tinawag ng gubyerno na "Lupang Pag-asa" at pinangalanan ng isang pari na Santo Sepulcro.

Nang mamatay si Maestro Gido, nagpatuloy pa rin sa pagtuturo sa Santo Sepulcro ang mag-asawang Emmanuel at Lorena Corpus. Patuloy na pinahigpitan sa mga naninirahan sa bayan sa ilang ang importansya ng pagkuha ng maraming kaalaman dahil ang kamangmangan ay nagbibilanggo sa isip at bumubusabos sa katawan.

Umunlad ang pagsasakahan, pagmamanukan at pagbababuyan, pati na ang paggawa ng mga basket, duyan, silya (na yari sa yantok at rattan mula sa gubat) sa Santo Sepulcro—at nagsimula nang mabuhay nang maalwan-alwan ang mga naninirahan kung hindi man talagang masaganang-masagana.

Nagkaruon na ng mga tunay na opisyal ng bayan ang Santo Sepulcro—pagkaraan ng isang lokal na eleksyong nakapagparehistro ito ng mga kandidato, sa tulong at pangangasiwa ng mag-asawang Corpus. Naging isang ganap na bayan ang Santo Sepulcro. May sariling lokal na pamahalaan. May pulisya (kahit ilang katao pa lang). May palengkeng bayan. Nagkaruon na rin ng hayskul sa bayan at mababang paaralan sa bawat dalawang baryong magkanugnog. Nagkaruon din ng isang klinika sa bayan na may isang duktor, isang nars at isang komadrona.

Kung kailan nagiging estable na ang Santo Sepulcro ay saka naman biglang ibinaba ng pambansang gubyerno ang bagong patakaran at desisyon hinggil sa Santo Sepulcro. Iskwater area lang daw ang buong bayan ng Santo Sepulcro. Iskwater lang ang lahat ng mga nakatira rito.

Ang lupa'y hindi naman daw lubusang ibinigay nuon kundi ipinahiram lang ng gubyerno sa mga taong pinalikas duon. Katibayan ang kawalan ng titulo at papeles ng pagmamay-ari. At ang buong Santo Sepulcro, isang araw na lang, ay binabawi na ng gubyerno sa mga naninirahan dito.

Pa'nong nangyari 'yun? Ilang dekada na ba sila sa Santo Sepulcro? Ano ba namang biro ito? Naku, ay! napakalupit namang biro ito.

Pero hindi nagbibiro ang gubyerno. Ang Santo Sepulcro raw ay babawiing talaga nito. Ang Santo Sepulcro raw ay ibubukas sa ganap na pag-unlad. Na makakatulong nang malaki sa pambansang ekonomya at pangkalahatang progreso ng buong bayan.

Gagawing trosohan ang malawak na kagubatan sa itaas ng kabundukan. Liban pa sa ilang minahang magsisimula na ng operasyon sa kabundukang iyon sa lalong madaling panahon. Nakipagsara na raw ang gubyerno nasyunal sa malalaking negosyanteng lokal at dayuhan para sa katuparan ng malaking proyektong pangekonomya sa lugar na iyon ng bundok at gubat kasama na ang lugar ng Santo Sepulcro.

Ang Santo Sepulcro ay tatayuan ng mga opisina ng minahan at trosohan. Tatayuan ng isang malaking tablerya at pabrika ng plastik at papel, at posibleng isang copper smelting plant. Maraming manggagawang kakailanganin, pero iyon nga—hindi na magiging pooktirahan ang Santo Sepulcro.

Kung kailan pa namang pati ang sinasabi nuong engkantadong gubat ay napangahasan na rin at napaamo ng mga taga-Santo Sepulcro. Duon na sila kumukuha ng mga kahoy. Nakapangangaso na rin sila ruon. Kumukuha sila ruon ng mga rattan at yantok na ginagawang mga basket, duyan, silya na malaking karagdagan sa kanilang pagkita. Meron pa ngang nakapaglagari na sa gubat na iyon ng mga poste't tabla para sa kanilang mga bahay.

Kung hindi nga sa mga taga-Santo Sepulcro ang lupang matagal na nilang tinitirhan at binubungkal—tulad ng pinakahuling pahayag ng gubyerno, lalong hindi maaaring maging kanila ang bundok at gubat! Lupang publiko iyon at pag-aari ng gubyerno at ito lang ang makapagpapasya kung kangino nito pipiliing ipagkaloob para sa ibayong kapakinabangan ng pamahalaan.

Pero bakit ba itinapon pa sila duon kung ganito rin lang pala ang kauuwian? Saan kaya naman sila itatapon uli ngayon?

Nagpahayag ng pagtutol ang mga taumbayan ng Santo Sepulcro na umalis at lumipat sa ibang lugar. Saan ba namang lupalop ang sinasabi ng gubyernong bagong lugar ng relokasyon? A, basta hindi sila aalis. Kasama ang mag-asawang Emman at Lorie sa mahigpit na pagtutol na iyon.

Saan na namang ilang kaya? Saan na namang tuldok muling magsisimula?

Nagkaisá silang huwag umalis—ang lahat ng mga taga-Santo Sepulcro, pati na ang mag-asawang Emmanuel at Lorena Corpus. Pero ang gubyerno'y nagpadala ng mga buldoser na susudsod sa buong bayan upang palisin ang Santo Sepulcro sa balat ng lupa. Kasama ng mga buldoser ay mga tropa ng sundalo at mga pangkat ng pulis.

Bakit naman ganuon? Itinapon ang mga tao sa ilang at pinabayaan sa sarili ng mga ito. Nang tumatag na ang kanilang mga komunidad sa sarili nilang pagsisikap at pagtutulungan, kung kailan nagkakaugat na sila sa lugar—pagkaraan ng mahabang panahong pinabayaan sa pagkakalugmok sa pagdarahop at kaatrasaduhan at nagpasya sa sariling bumangon hanggang makatindig sa sariling mga paa—saka naman sila marahas na palalayasin at itataboy na naman kung-saan!

Hindi, hindi sila aalis! Kung nuon ay walang masyadong mawawala sa kanila kahit saan man sila itapon, ngayon ay meron na silang sariling mga tahanan, kabuhayan, pamilya, ugat—sa Santo Sepulcro. Nagmatigas sila sa pagtutol na umalis at sila'y pinagdadakip. Kabilang ang mag-asawang Emmanuel at Lorena Corpus. Mga kaaway daw sila ng gubyerno. Mga nagtataguyod ng pag-aalsa. Mga kalaban ng progreso. Mga subersibo. Mga komunista.

Ang kwento ng Santo Sepulcro ay wala pang wakas. Mauulit muli ang istorya/historya ng bayan sa ilang at ng mga mamamayang pinagkakaitan ng puwang sa lugar ng progreso at itinatapon sa mga kasukalan. Mauulit muli ang kwento ng Santo Sepulcro—sa ibang lugar at sa ibang panahon.

Ang pagwasak ng gubyerno sa Santo Sepulcro kapalit ng isang munting syudad ng trosohan, minahan, tablerya, pabrika ng papel at planta sa pagtutunaw at pagpipino ng tanso ay ikalawang yugto lang sa kwento/kasaysayan ng mga Santo Sepulcro.

Nagbabagong anyo lang ang mga imahe sa pagsasamantala at pang-aapi. Kung sa unang yugto'y birheng nagdurugo ang puso sa habag, ngayon nama'y isang puting bathalang Uncle Sam kung tagurian. Tagapagtaguyod daw ng lahat ng makabubuti sa mga tao kahit saang bayan—kalayaan, demokrasya, pagkaka-pantay-pantay, pag-unlad. Katulong daw sa pagbabangon ng kabuhayan ng buong bansa. Kaya magbubukas ng mga trosohan at minahan at mga pabrika't planta. Ang tutuo'y dinarambong nito at ng mga kampon ang likas na yaman ng bayan, sinasakal ang gubyerno sa kontrol at pautang, may mga base't sundalong mas makapangyarihan kaysa sandatahang lakas ng bayang pinakikipanuluyan lang!

Isang modernong bathalang may mga armas nukleyar, malalaking titing kano at mababangong lunting dolyar— pamblakmeyl sa gubyerno't bayan, pangkuha ng mga baklang desisyon ng gubyerno't mga pulitiko sa usapin ng tunay na kasarinlan, kalayaan at pag-unlad, at pang-akit sa pagpuputa ng laman, propesyon, tungkulin, panulat, lahat.

Hindi, hindi pa tapos ang istorya't historya ng Santo Sepulcro. Marami pa ring mga Nuestra Señora del

Corazon, mga bahay ng maligno at mga templo ng demonyo
sa iba't ibang lugar at sulok ng buong bayan. At ang mga
Emmanuel at Lorena ay mga binhi ng matapat at mataos
na paglilingkod sa sambayanan sa ilang—na sumisibol,
nagsusupling, namumulaklak at nagbubunga ng lalong
maraming mga Emmanuel at Lorena.

Hindi, hindi pa tapos ang kwento't kasaysayan ng
Santo Sepulcro. Isang sambayanan ng mga Emmanuel at
Lorena Corpus ang tanging makapagbibigay ng wakas—
isang maganda't masayang wakas—sa kwento ng bayan
sa ilang.

Corpus delicti.
Corpus juris.
Vox populi, vox Dei.

PANATA

✳

para kay Roma

1
Munting Tinig sa Ilang

Si Rosario Baluyot, batang-Gapo, ay namatay dahil sa impeksyon sa munting sinapupunan na gawa ng naiwang kinakalawang na kaputol na vibrator na ipinasok duon ng isang puting dayuhan. Ang kaso ay pinabayaang maareglo ng korte sa pamamagitan ng bayad-pinsala sa ina ng bata at ang kriminal ay malayang nakauwi sa sariling bayan.

Si Mercy Manlangit, anak-magsasaka ng Sitio Santocano, Linao, Matalam, Cotabato ay brutal na ginahasa't pinaslang sa gitna ng apat-na-kilometrong bakubakong daan pauwi sa Santocano't sariling tahanan. Hanggang ngayon, ang kaso'y wala pa ring linaw.

Isang batang-batang ina ang inampon ng Center (Filipino Women Welfare Center) ang hindi kilala kung sino ang ama ng kanyang anak. Ni ayaw niyang tingnan o hipuin ang anak nang ilabas niya iyon sa sangmaliwanag.

At ngayon, hawak ni Nadia Samaniego ang liham mula sa sariling anak na nagdiriwang ng kanyang ikalabinlimang taong kaarawan:

Dear Mom,

*Fifteen years old na ako ngayon. Malaki na. At gusto kong batiin ang sarili ko ng **Happy Birthday to Me!***

Malaki na nga ako, Mom. Kaya ko nang harapin ang tutuo. Kaya ko pa ngang i-share sa iyo ngayon ito...

Dalawang taon na ang nakakaraan nang umalis ka't lumipat ng sarili mong tirahan. Naiwan kami ni Carlo kay Dad. Labindalawang taong gulang ako nuon. Sabi mo'y dalaginding na ako't ilang taon na lang ay ganap nang dalaga.

146

Ganuon din ang sabi sa akin ni Dad. At liban sa ako raw ay dalaginding na, ang ganda-ganda ko raw na dalaginding. At mahal na mahal niya ako. Mahal na mahal niya ako at hindi niya mapigilan ang sarili...

MAYO nuon. Panahon ng santacruzan, pista, prutas at bulaklak. Panahon ng panimulang ulan pagkaraan ng taginit (a, iyon ay mahabang tagtuyot na nagpabitak sa mga linang at pilapil at nagpatulyapis sa mga palay!). Ulan ng Mayong nagpalunting muli sa mga puno, halaman, damo, at nagpasambulat sa mga buko ng bulaklak sa samutsaring mga kulay at sanghaya. Ulang-Mayo na sa basbas ng alagad ng Diyos ay bendita sa antanda ng litanya ng mga hinakdal at mga bagong lunting supling ng pananalig.

Ang lunsod sa mga unang ulan ng Mayo ay waring bagong paligo mula sa matinding singaw ng init (na waring sumusubong kabalisahan) at alimbukay ng alikabok (na parang makapal na abo ng unsiyaming mga mithiin) at nag-aangkin ng aliwalas at preskong mukha.

Mula sa pagkakaupo sa harap ng kanyang mesa, nakabaling ang mukha ni Nadia Samaniego sa labas ng bintana ng FWWC (Filipino Women Welfare Center) at tinatanaw ang aliwalas, preskong mukha ng lunsod sa labas pagkalipas ng mahaba't tikatik na pag-ambon. Nakadama siya ng presko ring pakiramdam. A, sana'y gánuon lagi ang panahon—mahahaba't tikatik lang na pag-ambon ang bawat pag-ulan at kasiya-siyang maglakad sa gitna niyon nang hindi mo namamalayang nababasa ang iyong ulo, mukha, at buong katawan.

Pagkuwa'y napatingin siya sa kanyang relos sa galang, kalahating oras pa bago ang uwian.

"Uy, gusto na yatang umuwi ng ale, titingin-tingin na sa oras!" nakatawang lumapit sa kanya si Aleli—si Dra. Aleli Roldan—ang volunteer psychiatrist ng Center; boluntaryo ring psychiatrist niya (iyon ay sikreto nilang dalawa) at maituturing na rin niyang matalik na kaibigan at katapatang-loob. "Ano'ng okasyon, Nadia?"

"Birthday ni Mara, Aleli. Kailangan ko pang bumili ng regalo at dagdag na pagkain para sa hapunan."

"Malaki-laki ring gastos, Nadia. Makakabawas ka kung papayag kang imbitahin ko ang sarili. Iyo ang pansit sa bilao? Akin ang ice cream. At share tayo sa cake! Wala na ring problemang malamutak ang pansit at gumuho ang cake sa gitgitan sa byahe, may service ka nang kotse't driver!"

Pa'no niya matatangihan si Aleli—kahit na siya pa si Dra. Aleli Roldan, ang kanyang psychiatrist, na tiyak niyang interesado sa mga detalye ng personal na buhay niya.

"Basta't hindi mo rin kukumbidahin ang sarili mo sa bahay na matulog para makita mo ang ayos ng kwarto ko, at malaman kung pa'no 'ko matulog..."

"Nakapikit ding tulad ko at ng lahat ng natutulog, ano pa!"

Nagkatawanan sila. Tumunog ang telepono sa isa sa mga mesa, dinampot ng isang kasamahan nila, at sinabing sa kanya ang tawag. Inangat niya ang telepono sa ibabaw ng mesa niya.

Si Mara. Ipinaaabot na huwag na siyang mag-abalang bumili ng kung anu-ano para sa hapunan dahil birthday nito. Sila na raw ng kapatid na si Carlo ang bahala sa lahat. May ipon sila mula sa kanilang mga allowance sa buong katatapos na school year at sila na ang bahala sa ispesyal na hapunan bilang pagdiriwang sa kanyang ikalabinlimang taong kaarawan. At, oo nga pala, inimbita nila ang kanilang ama sa okasyon. Pwede pa raw siyang manuod ng sine kasama ng mga kaibigan sa opisina— dahil maihahanda nila ni Carlo ang hapunan sa alas-otso ng gabi.

Titig na titig sa mukha niya si Aleli. Naghihintay ng sasabihin niya. At alam niyang nababasa na nito ang kutim ng agam-agam na nakapamakat duon.

"Sila na raw—ang aking si Mara't si Carlo—ang bahala sa lahat. Siguro'y kukuha na lang ako ng Black Forest o Blueberry Cheese cake para sa almusal kinabukasan. At kinumbida nga pala nila si Fred sa hapunan."

"I see. Purely a family affair. Binabawi ko na kung gano'n ang imbitasyon ko sa sarili, Nadia!"

Lalong nangulimlim ang mukha niya. Kimpal na ulap sa aliwalas na mukha ng Mayo; isang tahas na banta ng namumuong bagyo?

"Pero sasamahan pa rin kitang bumili ng regalo at ng cake. Bibili rin ako ng regalo ko para kay Mara. At ihahatid kita para hindi mangyaring parang binagyo ang 'yong Black Forest o dinaluyong kaya ang lawa ng 'yong Blueberry Cheese cake! Pag sinabi mong sige, pumasok na 'ko, di papasok na rin nga ako! Hindi naman ako mahirap kausapin, Nadia, alam mo naman 'yon!"

Ayun na. Malinaw ang suggestion ni Aleli—ni Dra. Aleli Roldan—na laging naruon ito para sumuporta kung kakailanganin niya ang tulong nito. Pagkaraan ng dalawang taon ng paghihiwalay, sa hapunang iyon para sa okasyon ng kaarawan ng anak na si Mara, ay muling magkakaharap sila ni Alfredo Marasigan. Alam ni Aleli na hindi magiging madali para sa kanya iyon. Alam din ni Aleli kung gaano siguro ang pangamba niyang baka hindi niya magawang mapanghawakan nang mahusay ang sarili sa buong panahong itatagal ng paghaharap na iyon.

Magkasama nga sila ni Aleli na naghanap ng regalo para kay Mara. Kusa nilang pinagtagal ang paghahanap sa iba't ibang department store sa shopping mall na pinuntahan nila upang makapagpatay ng oras. Iyon bang tipong habang namimili ng produkto ay nagkakanbas na rin ng mga presyo. Mayruon silang tatlong buong oras bago ang alas-otsong birthday dinner.

Habang nagpapatay sila ng oras sa paglilibot sa mga tindahan ay lihim na sinisikil din ni Nadia Samaniego ang nagbabantang magbangong unos sa ubod ng kanyang sarili. Hindi pa siya handang makipagharap kay Alfredo Marasigan.

Sana'y may malaking kaabalahan si Fred sa tanghalan—isang dulang dinidirihe nito mismo, o ginagampanan kaya bilang isa sa pangunahing mga tauhan, na inihahabol sa nalalapit na takdang playdate—at walang libreng panahon para makarating sa hapunang ipinangumbida ng mga anak.

O sana'y mahila ito sa inuman ng mga taong-teatro o mga kapwa-manunulat at malasing agad at magpaka-lulong (tulad ng karaniwang madali itong malulong sa pakikipag-inuman) at makalimutan ang imbitasyon.

O kaya'y biglang tawagan ito ng ama para makausap hinggil sa ilang importanteng usapin kaugnay ng ilang negosyo ng mga Marasigan at matali na ito sa lumang bahay ng angkan na tirahan ng ama. Hindi maiiwan ni Alfredo Marasigan ang ama hangga't hindi sinasabi niyon na tapos na sila at makakaalis na ito!

Pagkaraang magalugad ang halos buong shopping mall, ang nabili niya ay isang botelya ng *Anais Anais* body lo-tion. May kamahalan. Pero nalibre naman siya sa iba pang gastusin sa birthday ng anak, sa regalo na lang niya inilarga ang malaking bahagi ng perang inipon talaga niya para sa okasyon.

Si Aleli naman ay kumuha ng dalawang bra at kalahating dosenang panties (nagpatulong sa kanya sa tamang size at pagpili ng mga kulay na magugustuhan ni Mara).

Ipinabalot nila't pinalasuhan ang mga regalo.

Sa isang kilalang bakeshop, nagkaisa sila sa isang Black Forest cake, at pinilit pa rin ni Aleli na makihati sa presyo niyon.

ILANG minuto na lang bago mag-alas-otso nang bumu-ngad sila sa kalyeng kinaruruonan ng apartment na inuupahan niya. Natanaw niya agad ang kulay-lumot na kotse ni Fred (nasinagan ng mga ilaw ng kotse ni Aleli) na nakaparada sa gilid ng daan sa tapat ng hanay ng kung-ilang pintong apartment.

Si Alfredo Marasigan, ang lalaking ligal na asawa pa rin niya sa kabila ng kanilang paghihiwalay, at namama-laging ama ng kanyang dalawang anak. Si Fred ay walang inihahabol na dula, hindi nahila sa inuman, hindi tinawag ng ama, at nauna pa sa kanyang apartment.

Nilukuban siya ng masidhing panlalamig kasabay ng pagdaluyong ng unos sa kanyang dibdib. Biglang parang ipinagkit siya sa pagkakaupo at hindi makakilos. Hindi niya magawang ikilos kahit ang isang kamay para buksan ang pinto ng kotse at lumabas. Na para bang hindi niya magagawang lumayo—kahit sangdipa, kahit sangsaglit—kay Aleli, kay Dra. Aleli Roldan, na tila ba ito ang kanyang tanging kaligtasan. Kung patuloy na magsusungit at magngangalit sa pagdaluyong ang kanyang pansariling unos, baka kung saan siya tangayin niyon—at hindi sa naghihintay na hapunan bilang pagdiriwang sa kaarawan ng anak na si Mara!

Naramdaman niya ang masuyong pagpisil ng isang kamay ni Aleli sa kanyang balikat.

"Hindi mo matatakasan sa habampanahon si Alfredo Marasigan, Nadia. Magiging parang multo siyang pasulput-sulpot sa buhay mo kung gayon ang turing mo sa kanya. Panahon nang pakiharapan mo s'ya. Gusto mong ihatid kita? Babatiin ko na tuloy si Mara bago ako umalis."

Ang mungkahi ni Aleli ay waring siyang pinakaa-asam-asam niya sa pagkakataong iyon. Kahit man lang sa mga unang hakbang...

"Ayusin mo'ng sarili mo." At sinindihan ni Aleli ang ilaw sa loob ng sasakyan upang maayos nga niya ang sarili.

Parang batang sunud-sunuran sa inang binuksan nga niya ang kanyang bag at inilabas ang kanyang hairbrush at hinagod niyon nang ilang ulit ang buhok. Pagkuwa'y ang kanyang compact para sa ilang dampi ng espongha sa mga pisngi't tungki ng ilong.

"Ako na'ng bibitbit sa mga regalo at sa cake, baka madapa ka pa'y malaking desgrasya!"

Ni hindi niya nagawang ngitian ang biro ni Aleli. Pero nagawa na niyang buksan ang pinto sa tagiliran niya at siya'y lumabas. Si Aleli na ang nagsara maging ng bintana sa panig niya bago ito lumabas na rin.

Nakalabas na si Aleli ay nanatiling nakatayo pa rin siya sa kabila ng kotse nito.

"Okey, hinga nang malalim, ilang ulit, at tayo na! O gusto mong kurutin na kita sa singit?"

Hindi pa rin siya makahakbang.

"Nadia, pag di ka kumilos d'yan, susugurin ko si Alfredo Marasigan at pagmumurahin dahil nagkaganyan ka. Ano ba ang ginawa sa 'yo ng lalaking 'yon?" Umaagting na ang boses ni Aleli at hindi na ito nagbibiro.

Saka lang siya nakakilos.

SA BUNGAD ng pintuan ng sariling tiraha'y muling para siyang itinulos. Si Aleli na nga ang nagbukas niyon para sa kanya. At kinailangang halos itulak siya nito para siya makapasok. Makapasok ay bumuglaw sa mga paningin niya ang lalaking biglang napatayo mula sa pagkakaupo sa isang sopa sa salas. Mabilis niyang nabawi ang kanyang tingin at naibaling ang mukha, pero hindi na siya makakilos mula sa kinatatayuan.

Si Alfredo Marasigan na nga ba ang lalaking nasa salas ng apartment niya? Hindi, hindi niya sigurado; hindi niya talaga nakita ang mukha nito. At lalong hindi niya masisino ito ngayong nakabaling na palayo rito ang kanyang mukha.

"Happy Birthday! Happy Birthday!" pakantang malakas na bati ni Aleli mula sa kanyang likuran.

"Mom! Tita Aleli!" tumatakbo halos na sumalubong si Mara sa kanila.

Masayang iniabot ni Aleli kay Mara ang mga regalo sa isang plastic bag. Hindi nito ibinigay ang kahon ng cake na inaabot na rin sana ni Mara.

"Bukas 'to. At surprise, surprise!" Nagdiretso na si Aleli sa komedor para ilagay ang cake sa ref. Sa pagbalik nito'y nagpapaalam na. "Inihatid ko lang ang Mom n'yo," sabi sa kanyang mga anak, "at baka maipit sa traffic ay almusal na makauwi! Babayu, at may dinner date ako ng nine! H'wag mo 'kong pipigilan, Mara!" At nasumpungan na lang niyang nakatayo na si Aleli sa harapan niya. "Aalis na 'ko, Nadia. Hindi mo ba 'ko ipakikilala sa bisita ni Mara?"

"A, Tita Aleli... si Dad." Boses iyon ni Mara. "Dad, Dra. Aleli Roldan, kasamahan ni Mom sa opisina."

Dahan-dahang bumaling kay Fred si Aleli. At, "Alfredo Marasigan? Ako si Aleli, kaibigang matalik ni Nadia.

Sorry, pero nagmamadali ako ngayon. Magkita tayong muli sa ibang pagkakataon!"

"You're a doctor?"

"Yes." At mabilis nang nabuksan ni Aleli ang bag nito at naglabas ng calling card at masiglang iniabot kay Alfredo Marasigan. "Just in case you'd like to consult something that bothers you, Fred! See you."

Narinig na lang ni Nadia ang pagbukas at muling paglapat ng pinto sa likuran niya. At saka pa lang siya marahang nagbaling ng mukha kay Fred. Ang nasumpungan ng mga mata niya'y isang nakangiting mukha, pero isang banyagang mukha.

"Nice to see you, Nads."

Hindi niya rin kilala ang boses na iyon. Pero tumango siya at ngumiti. At binalingan na ang magkatabi sa pagkakatayong sina Mara at Carlo. "Dinner ready?" Mabilis na niyang nilapitan si Mara at niyakap at hinalikan. "I love you!"

Inilayo niya sa kanya si Mara at pinagmasdan ang anak. Makislap ang mga matang iyong kuha sa kanya. Dahil ba sa tuwa o sa luha? Masuyo niyang hinaplos ng isang palad ang isang makinis, malambot na pisngi ng anak. Malaki na nga si Mara; kasingtaas na niya. At para siyang nakaharap sa sarili nang siya'y dalaga pa at balingkinitan at nagsisimula pa lang mapansin ng kanyang mga kaklaseng lalaki. A, siya, siya pala ang pinangingiliran ng di-masawatang mga luha!

Umungol si Carlo, at pabulalas na sinabing gutom na gutom na ito!

ISANG buong pamilya silang dumulog sa mesa. Handang-handa na nga ang parihabang mesang may plorera pa ng sariwang bulaklak sa gitna. Mushroom soup—gawa ni Mara. Inihaw na bangus (may palamang sibuyas at kamatis) at baboy—mga putahe ni Carlo. White chicken —eksperimento ng magkapatid at naluto sa gitna ng pagtatalo. Ensaladang letsugas at macaroni salad— kumpletos-rekados, likha ng may-kaarawan. At himagas na sans rival—courtesy ng Goldilocks!

Bago sila magsimulang kumain ay nakita na lamang niya na nagbubuhos ng white wine sa mga baso si Carlo.

"Uy, at may alak pa pala!"

"Dala ni Dad," sabi ni Carlo habang iniaabot sa kanya ang isang basong nasalinan na nito. "Pampagana raw." Napansin niyang nagsasalita si Carlo nang di man lang sumusulyap sa ama.

Toast, toast! masiglang anyaya ni Carlo nang makaupo na, habang nakatawang iniaangat ang baso niya ng alak kay Mara. Toast para sa birthday ng mahal niyang kapatid na si Mara.

Nag-toast sila at tahimik na sumimsim ng alak mula sa kanilang mga baso.

Magkabilang dulo sila ng mesa ni Fred; magkaharap. At tumitingin si Nadia Samaniego sa palibot o patagos sa kabuuan nito. Sa buong itinagal ng hapunan ay hindi pa rin niya talagang nakikita ang kabuuan nito, o ang detalye ng kabuuang iyon.

Si Alfredo Marasigan ay isang bulto ng taong naruon, oo; naruon, pero hindi niya talagang minamasdan, kundi dinaraanan lang ng tingin. Tulad ng topograpiya ng isang lugar sa isang kainip-inip na paglalakbay na tinitingnan mo pero hindi mo tinatandaan: kalye, gusali, tulay, puno, halaman, atbp.; walang tiyak na pangalan ni pang-uri.

Natapos ang hapunan na ang magkapatid na Mara at Carlo ang salita nang salita at usap nang usap. Manaka-naka'y tinatapunan siya ng ilang mga salita. Pero hindi, hindi ang ama ng mga ito.

Bigla'y naitanong ni Nadia sa sarili kung bakit naisipan ng magkapatid ang ganuong klase ng pagdiriwang sa kaarawan ni Mara. Gusto ba silang parusahan ng kanilang mga anak?

Tumayo si Carlo at muling sinalinan ng alak ang mga baso nila ni Fred.

"Gusto ko nang buksan ang aking mga regalo," sabi ni Mara. "Gusto kong ipakitang isa-isa kay Carlo at patayin siya sa inggit! Habang nasa itaas kami'y naisip naming kailangan n'yong may pag-usapan." At iniabot sa kanya ni Mara ang nakasobreng liham na iyon.

Ang liham ay binasa niya sa sarili sa harap ng sumisimsim ng alak na si Alfredo Marasigan. Bago pa niya natapos basahin ang sulat—liham iyon ni Mara sa kanya—ay sinaklot na ng isang makapangyarihang alimpuyo ang buong pagkatao niya. Matalim ang mga matang napatitig siya sa kaibayong si Alfredo Marasigan. A, gusto niyang sugurin ito at pagkakalmutin sa mukha— kung tutuo ngang may mukha ito. Hindi, hindi lang ganuon ang gusto niyang gawin kay Alfredo Marasigan; gusto niyang dukitin ng sariling mga daliri ang mga mata nito, ang makasalanang mga mata nito!

2
Alimpuyo

Ilang beses akong ginalaw ni Dad, Mom! At sa ilang ulit na pagsasamantala niya sa akin, hindi ko nagawang tanggihan ang kanyang kagustuhan.

Sorry, Mom, ngayon lang ako nagkalakas ng loob na ipagtapat sa iyo. Pero nuon ay hindi pa ako ganito kalaki. At wala ka na sa tabi namin ni Carlo. Kaya kay Carlo ko nagawang ipagtapat muna. Ngayon, malaki na nga siguro ako, kaya nagawa ko nang ibukas sa iyo.

Sa iyo na ako, Mom; sa iyo na kami ni Carlo. Ayaw na naming magbalik kay Dad pagkaraan ng bakasyong ito. Birthday gift mo sa akin, ha, Mom?

Sipi sa pahayag ng isang resident psychiatrist ng PGH hinggil sa incest:

"Ang pangangailangan ng ama ay hindi ang kumuha o magkaloob ng pag-ibig, kundi ang siguraduhin sa sarili na nasa kanya ang kontrol at may kapangyarihang isakatuparan ang aktong sekswal. At magagawa lang niya ito sa isang taong mahina. Ito'y labis na mapagsamantala. Napakamakasarili sa panig ng nananalakay. Ni hindi sekswal ang isyu rito, manapa'y tunggalian ng kapangyarihan. Ang kasiyaha'y maghihitsurang sekswal pero hindi ganito talaga, kahit na magkaruon pa ng pagkapukaw at orgasam. Pero, oo, isang maliit na porsyento ng mga kasong incest ay mangyayaring sekswal, pero ang mga ito'y nasa kategorya na ng perbersyon, pedophilia."

HINDI niya nagawang sugurin ng kalmot sa mukha si Alfredo Marasigan. Pero nadampot niya agad ang baso niya ng white wine at naibato iyon nang malakas sa asawa. Sa pag-ilag ay idinukdok ni Fred ang ulo sa mesa. Humaging sa ulunan nito ang baso at tumama sa dingding ng salas at sumambulat sa pagkabasag. Isinunod niya ang mga kubyertos niya, ang kanyang plato, ang anupamang mahawakan sa harapan niya; sunud-sunod na ibinalibag kay Alfredo Marasigan na ang nakadukdok sa mesang ulo ay ipinagsanggalang ng mga bisig sa ulunan nito.

"Hayup ka! Halimaw, halimaw!"

Iyon ay isang uri ng nag-aalimpuyong poot at pagkamuhi na nagtaboy sa lahat ng kanyang mga pangamba. Sumisigaw siya, sinisigawan ang lalaking hanggang sa mga sandaling iyon ay hindi pa rin niya nakikita ang mukha. Nakatayo na siya sa pagitan ng kanyang silya at ng mesa at nanginginig ang buong katawan—hindi dahil sa takot na maaaring magpahina sa kanyang mga tuhod at magpalugmok sa kanya, kundi sa matinding galit at kagustuhang wasakin ang kabuuan ng halimaw na nakabalatkayong tao sa ibayo ng mesa.

"Mom? Mom?" Mga tinig ng dalawa niyang anak. Papalapit kasabay ng rumaragasang mga yabag sa hagdanan. "Mom? Mom?" Hindi siya maaaring magkamali—mga boses iyon nina Mara at Carlo. A, hindi niya maipagkakamali sa iba pa ang mga tinig ng kanyang mga anak! Mara! Carlo!

Nakalapit na sa magkabilang tabi niya ang mga anak at karakang kinabig niya ng mga bisig ang mga ito sa kanya. A, walang sinumang maaaring sumakit sa mga anak niya ngayon, wala; kahit na ang pinakamalupit na halimaw ay hindi niya papayagang makalapit na muli sa kanyang mga anak!

"Makakaalis ka na," sa pagitan ng nakatiim na mga ngipin ay sinabi niya sa masa ng itim na buhok na nakadukdok sa ibabaw ng mesa at nakasungaw sa pagitan ng nakaangat na mga bisig. "At hindi mo na kami muling didisturbuhin pa—si Mara, si Carlo at ako."

Dahan-dahang umangat ang ulo at lumantad ang nabibingaw na mukha sa kabi-kabila niyon, ang naaagnas na itim na mga mata. Umawang, ngumiwi ang bibig na iyon.

"A-alam na ni Mom, Dad." Ang boses ay kay Mara; may katal, pero tahas—matatag. "H-hindi ko m-maga-gawang ilihim sa habampanahon, Dad!"

"A-ano'ng pinagsasasabi mo, Mara?" Pagaw ang tinig na lumabas sa nakangiwing bibig.

At inisa-isa ni Mara:

Sa garahe, sa loob ng kotse, isang gabi nuong unang linggo pagkaraang umalis ni Nadia Samaniego sa bahay ng mga Marasigan; tinawag ng ama si Mara sa terasa at sinabing gustong makausap ito nang sarilinan sa loob ng kotse. Iyon ang unang pagkakataon.

Ang ikalawa'y nangyari mismo sa silid nito nang sumunod na buwan. Nakainom si Alfredo Marasigan nang gabing iyon at ang goodnight kiss nito sa anak ay hindi natapos sa isang halik lang.

At tatlong beses pa ang sumunod—sa loob ng ikalawang taon ng paghihiwalay nilang mag-asawa. Sa study room nang abutin ito ng hatinggabi sa pag-aaral. Sa shower room sa tabi ng swimming pool. Sa music room minsang abutan si Marang tumutugtog ng piyano sa pag-uwi niya.

Sa paningin niya'y tuluyang naagnas ang buong mukha ni Alfredo Marasigan, at nahalinhan iyon ng kimpal ng dilim. Tumayo ito, walang kaimik-imik na tumalikod at nilagom ng karimlan sa labas ng binuksang pintuang naiwan nitong nakabukas at ni hindi nakabig na pasara.

Niyakap niya nang mahigpit na mahigpit ang dalawang anak at niyakap siya ng mga ito nang katulad na higpit.

"B-bakit... ba't di n'yo s-sinabi sa 'kin agad?"

"M-may... may p-problema ka, Mom, a-alam naming may sarili kang problema!" Nababasag ang tinig ni Mara.

"H-hindi... hindi d-dahil sa gusto, sa g-gusto mong i-ipag-lihim talaga, ha, Mara?"

"Kahit nga kay Carlo ay ipinagtapat ko, di ba, Mom?"

Pakiramdam niya'y nagugutay ang puso niya't nawawalat ang kanyang dibdib. Pakiwari niya'y inuulos dito't duon ang kanyang utak. Sa anak na si Mara'y nakukompronta niya nang tahasan ang kanyang sarili ngayon. At tunay na nayayanig siya. Pero hindi dapat na magiba siya't tuluyang bumagsak. Kailangan siya ng mga anak niya; higit sa lahat ng pagkakataon ay kailangan siya ngayon ng kanyang mga anak!

Kagat-labing tahimik na umiyak siya at hinayaang langgasin ng sariling luha ang lahat ng mga sugat sa ubod ng kanyang sarili. A, kailangang masakop niya't maampat ang sariling mga kirot, mahamig ang lahat ng kanyang katatagan at mapanatili ang katinuan niya upang magawa niyang makatulong na magamot at mapaghilom ang mga sugat sa damdamin at isip ng kanyang mga anak!

Pero paano? Mapaghihilom bang lubos ang mga sugat na ikinintal ng walang-katulad na kabuktutan sa murang isip at damdamin ng mga musmos at walangmalay?

Muling dumaluyong ang alimpuyo sa ubod ng kanyang sarili bilang pagtutol sa nakakadismaya niyang sariling mga katanungan. At minura niya ang sarili dahil sa nakapanlulumong kalamnan ng mga tanong na iyon.

E, ano kung pakiwari niya'y nanunudla lamang siya sa dilim? At tandisang hindi pa kagyat na masusumpungan ang sentrong target ng tunay na solusyon sa wari'y nagkasapin-saping problemang sikolohikal na nakasaklot sa kanilang mag-iina. Hindi ba't nagsisimula naman talaga sa pagwasak sa nakasapot na karimlan ang solusyon sa bawat suliranin?

Padarag niyang pinahiran ng mga kamay ang luhang nakahilam sa mga mata't buong mukha.

"B-bago, bago tayo matabunan ng problema, p-pwede bang imisin na muna natin ang... ang mga k-kalat dito?"

Nagkatinginan ang magkapatid na Mara at Carlo.

"Magpahinga ka na, Mom, kami na ang bahala dito!"

Napatingin siya sa labindalawang taong gulang na si Carlo. Sa susunod na buwan ang ikalabintatlong kaarawan nito at unang taon nito sa hayskul sa darating na pasukan. Pero ngayon lang niya napansin, kung magdala ng sarili at magsalita ang anak na lalaki'y parang sa isang malaki na. Labis na pinabilis ng malaking problema ng kapatid na si Mara ang paglaki ng kanyang si Carlo?

"Hindi mo 'ko ililibre, Carlo, sa paglilinis dito. Ako ang nagkalat ng pinakamarami at abot hanggang salas!"

"Sagot mo naman, Mom, ang pagpapaliwanag sa mga kapitbahay sa ingay ng 'yong pagkakalat kangina!" nakatawang biro ni Carlo.

"Ba't ako? B-bakit, takot ba 'ko sa eskandalo?"

"Hindi ba, Mom?" walang-kurap na ngayong sinasa-lakab siya ng anak na binatilyo.

Sa sulok ng kanyang mga mata ay nakita niyang titig na titig na rin sa kanya si Mara. At pinag-isipan niyang mabuti ang isasagot niya. Sa pagyuko'y napatingin siya sa liham ni Mara sa gilid ng mesa. At naramdaman niyang muli ang alimpuyo sa ulo't dibdib niya.

"Hindi. Hindi lalo't ang kasangkot ay ang kapakanan n'yong mga anak ko." Wala nang kagatul-gatol ang kanyang tinig ngayon.

KATABI niyang nahiga ang anak na si Mara. Pagkuwa'y iniangat nito ang itaas na bahagi ng katawan at yumakap sa kanya at isiniksik ang ulo sa kanyang dibdib. Masuyong hinagud-hagod niya ang malambot, madulas na buhok ng anak.

Tumitibok ang buong kamalayan niya sa maraming-maraming tanong. Isanlibu't isang katanungan. Pero pinili niyang tumahimik.

Bakit? Paano?

Baka ang maging dating lang kay Mara ay pag-usig. At ang hinihinging detalye ng mga tanong ay maging walang kasinglupit na kaparusahan para dito.

Mga tanong. Ang mga ito ba'y nagbubukas o nagsa-sarado ng mga pinto? Nagpapalaya ba ang mga ito, o nagkukulong?

Sa mahabang-mahabang panahon, ang sarili niyang mga tanong ay nagbara sa lahat ng lagusan ng paglaya niya mula sa sarili. At sa napakatagal na panahon ay naging bilanggo siya ng sarili mismo.

Bakit ba pagkarami-rami pang tanong gayong ang puyo ng sagot ay nakamulagat na sa iyo?

Ilang beses akong ginalaw ni Dad, Mom!

May kailangan pa bang mga tanong ang pahayag na iyon?

Para masukat ang laki ng pang-aabuso at kapinsalaang likha niyon sa inabuso? May ipagkakaiba ba ang paghawak lang sa lubusang pag-angkin? Lilikha ba ng malaking diprensiya kung anumang bagay ang ginamit para pagsamantalahan ang biktima? O magtatakda ba ng sang-impyernong pagkakaiba—o kahit sang-langit pa!— kung ang nang-abuso'y ama o isang di-kilala?

Ayaw niya, pero pinilit siya. Hindi pa ba sasapat ang kongkretong kalagayan (ng pwersa, banta o pananakot) na nagsasadlak sa biktima sa sitwasyon ng kawalan ng sariling kapasyahan hinggil sa malayang kagustuhan niya?

Isanlibu't isang tanong na lilikha lamang ng pagaalinlangan at kalituhan at "tripleng hirap sa biktimang patibayan na siya nga ay biktima ng panggagahasa, na siya'y nagsasabi ng katotohanan, at hindi siya nagahasa bunga ng pagpukaw niya sa sekswalidad ng akusado." Putragis, ang biktima ay hindi kakutsaba sa krimen ng paglulugso sa sariling dangal at pagkatao!

Sinarili na lamang niya ang mga tanong. At pinagsalita ang damdamin niya bilang ina.

Hindi na lamang hinahagod niya sa buhok si Mara. Niyayakap na niya ito nang masuyo't mahigpit at hinahagkan-hagkan sa ulo. Liban duo'y gusto rin niyang kantahan ng isang oyayi ang anak para mapayapa ito at makatulog nang mahimbing.

Pero hindi makatulog si Mara. Tahimik na umiiyak ito at nilalapnos ng mga luha ng anak ang kanyang dibdib. At gustong pumitlag, sumigaw—sa paghihimagsik—ang kanyang pusong-ina sa pagdurusa ni Mara sa brutalisasyon at paghamak sa pagkatao nitong ipinalasap ng mismong sariling ama.

Sa sarili'y minura niya nang minura si Alfredo Marasigan—ang lalaking akala niya'y isang bathalang sumagip sa kanya sa sinapupunan ng bangungot ng malupit na karanasan, upang pagkuwa'y isadlak lamang siya sa kumunoy ng pangungulila't kawalang-pag-asa!

3
Tining Paglipas ng Daluyong

Ba't mo 'ko tinitingnan nang ganyan?

Interasante ang mukha mo, Nadia. Maganda at interesante.

Ayokong may tumitingin sa 'kin nang ganyan.

Bakit? Natatakot kang masilip ang kaluluwa mo sa 'yong mga mata?

Nagbibigay ito ng pakiramdam na may dumi 'ko sa mukha!

Meron ba, Nadia?

Ikaw ang dapat magsabi sa 'kin. Ikaw d'yan ang tingin nang tingin sa 'kin kangina pa!

Meron, Nadia. Kung ituturing na dungis ang kalungkutan. Bakit ka malungkot, Nadia?

(Natilihan si Nadia Samaniego.)

Bakit ka malungkot at mailap... at masungit, tulad ngayon?

Ayokong inuurirat ng kahit sino ang buhay ko, Dra. Roldan. Kaya, if you'll excuse me... (at mabilis nang tumayo si Nadia Samaniego upang iwan siyang nag-iisa sa mesang kinuha nila sa kantina sa basement ng gusaling kinaruruonan ng FWWC).

(Mabilis niyang hinawakan sa isang braso si Nadia Samaniego.)

Ano ang kinatatakutan mong mabasa ko sa mukha mo, Nadia? Na hindi tutuo ang concern mo sa mga kasong susun-suson sa opisina? Na ang tutuo'y gusto mong dumistansya imbes na makipaglapit? Pa'no ka hahawak ng puso ng iba, Nadia, kung ni ayaw mong ipasaling man lang ang puso mo?

163

How dare you..!

That's right, Ms. Nadia Samaniego. I dare you to confront yourself! Hindi pa 'yung pagtitiwalag mo ng sarili sa ibang tao, Nadia, kundi ang pagtitiwalag mo ng sarili sa sarili mo mismo!

(Bago niya binitiwan ang bisig ni Nadia Samaniego ay hindi na nito `maitatago pa sa kanya ang pagkagulilat ng mga mata nito; waring mga mata ng isang paslit na nawawala—bagamat ayaw ipahalatang nawawala nga ito at sakmal ng malaki't masidhing takot na lalo pa itong maligaw sa paghahanap sa di-masumpungang paruruonan!)

IBANG Nadia ang kaharap ngayon ni Dra. Aleli Roldan. Namumula ang mga pisnging parang nilalagnat. Mapula rin ang namumugtong mga mata, pero mga matang hindi na mailap kundi diretso't walang kurap na nakatitig sa mga mata niya. Ngayon, ang buong kaluluwa ni Nadia Samaniego ay nakapanungaw sa mga mata nito—isang kaluluwang balisa't namimilipit sa kirot at naghihimagsik; isang kaluluwang nakalantad, matapat— at matapang? O nagtatapang-tapangan lamang si Nadia Samaniego?

Magang-maga ay tinawagan siya ni Nadia. Sabi'y gusto siyang makausap. Hindi, hindi sa opisina. Hindi rin sa kanyang klinika. Pwede ba silang magkita sa isang lugar sa labas ng opisina?

Ngayon ay magkaharap sila sa isang mesa sa sulok ng isang fastfood-coffeeshop na bukas nang beinte-kwatro oras. Sa kanilang harapan ay mga puswelo ng umuusok na kape.

"Ano'ng nangyari kagabi, Nadia?"

Binuksan ni Nadia Samaniego ang bag nito at iniabot sa kanya ang nakasobreng liham.

Binasa niya ang sulat ng pagtatapat ni Mara sa ina.

"Sabihin mo ang lahat ng gusto mong sabihin, Nadia, at makikinig ako."

Walang kurap na sinabi ni Nadia sa kanyang mga mata: "Ang tagal kong nawala, Aleli. Nawala sa 'king sarili at sa 'king mga anak. H-hindi, hindi pa ba huli para lubos akong makabalik sa piling ng mga anak ko? K-kailangan ako ng mga anak ko, Aleli, a-ayoko nang m-mawalang muli!"

Sinalubong niya nang walang kurap din ang ayaw kumurap na mga mata ni Nadia sa kabila ng mga luhang tumitigib sa mga iyon.

"Ikaw lang talaga ang makapagdidesisyon sa sarili mo, Nadia. At palagay ko'y buo na ang pasya mo—at isa itong mahigpit na kapasyahan. Sinisiguro ko sa 'yong nasa panig mo 'ko. Lagi kang makakaasa ng suporta mula sa 'kin para magawa mo ang lahat ng gusto mong gawin ngayon."

Mabilis na pinahiran ng mga daliri ng mga kamay ni Nadia ang luhang nakahilam na sa mga mata't mukha. Hindi pa nasiyahan, kinuha ang panyolito sa kanyang bag at ilang ulit na mariing idinampi sa mga mata't ipinunas sa basang mukha upang ampatin ang mga luha. Lalong namula ang mukha't mga matang iyon.

"Pinipipigil mo na naman, Nadia. Kung minsan... all we need is a good cry to make us feel better."

"Pero hindi k-kailangang umiyak... sa h-habam-panahon! Hindi, hindi kita ng iba, pero ang tagal-tagal ko nang umiiyak, Aleli. Ang tagal-tagal nang iyak ako nang iyak sa 'king sarili!"

Tinanguan niya ang pahayag na iyon ni Nadia Samaniego. "Kaya naiipon sa loob mo ang mga luha, Nadia. Kaya inuunos ka ng sariling mga lùha sa pribado mong pagdurusa. Kaya palagay ko'y para kang dam na malapit nang sumambulat sa panloob na daluyong ng sarili mong mga hinagpis. Palayain mo sa pagkakakulong sa sarili mo ang 'yong mga pighati, Nadia. Kung hindi'y malulunod ka, malulunod ka nga... sa sariling mga luha."

Muling naghilam sa luha ang mukha ni Nadia Samaniego—pero hindi na nito pinagkaabalahang apulain pa. Hinayaan ni Dra. Aleli Roldan na umiyak nang umiyak ito. Nakatalikod si Nadia sa iilan pa lang namang kumakain o nagkakape at walang tunog ang pag-iyak nito, walang problemang makatawag ito ng pansin.

Nang muling magpahid ng panyolito sa mga mata't mukha si Nadia, hinudyatan ni Aleli ang tagapagsilbi at umorder ng bago, mainit na kape para sa kaharap. Pagkuwa'y nagsindi siya ng sigarilyo at iniabot kay Nadia, bago muling nagsindi ng isa pa para sa sarili.

Ilang sandali ring tahimik silang nagkape at nanigarilyo.

"Ano'ng iniisip mong gawin sa kaso ni Mara?" pagkuwa'y tanong niya.

"Gusto kong magkaruon siya ng katiyakang mali ang ginawa ng ama niya, na wala s'yang kasalanan sa naganap, at ang mga tao'y nasa panig niya't susuportahan siya imbes na itakwil." Wala nang katal ngayon ang tinig ni Nadia, tahas at malinaw ang mga kataga't puntong gustong sabihin nito, at higit nang matining sa mukha't mga mata nito ang kapasyahang ilaban ang kaso ng anak.

"Ipagsasakdal mo sa hukuman si Alfredo Marasigan, gano'n ba, Nadia?"

"Gano'n na nga siguro ang pupuntahan no'n, kung ang sarili ko lang ang bukod-tanging isasaalang-alang ko. Pero inaalala ko kung makakayanan ni Mara ang trauma ng mga court proceedings kaugnay ng katulad na mga kaso. Dagdag na trauma sa traumatic nang karanasan niya.

"Para sa anak ko," patuloy ni Nadia, "palagay ko'y kailangan kong maging maingat at mahinahon, and play it by ear as we go along. Iniisip kong iharap na muna sa opisina ang kaso, iyon bang tipong simulan sa mga taong tiyak na supportive at hindi hostile. Dito na muna ang panimulang mga imbestigasyon at paglilikom ng mga datos. Ayokong mapaso si Mara sa simula pa lang ng proseso."

Gustong mapapalatak at mapapalakpak ni Dra. Aleli Roldan sa maganda't maingat, at mahinaho't masinop ngang ideya ni Nadia Samaniego.

Sa FWWC, kumpleto naman sila ng mga tao para magbuo ng kaso ni Mara. May mga duktor at abugado at iba pang mga tauhang batay sa malinaw na oryentasyon ng Center ay siguradong mapagmalasakit at mapagkalinga sa kasong tulad ng kay Mara Marasigan. May agenda sila tungkol sa mga kaso ng child abuse dahil kagyat na concern ito ng mga kababaihan at mga ina.

Nangungumbida rin sila ng mga taong makakatulong sa kaso—pati na ang isang akusado. A, siguro'y makakaharap niya at makakausap nang masinsinan si Alfredo Marasigan! At pagkakataon na rin upang magkaharap at masinsinang makapag-usap si Nadia at ito.

Sinabi niya kay Nadia na sold siya sa ideya nito.

"Ihanda mo si Mara para makausap ko muna at matantya natin ang kakayahan niyang i-undergo ang buong proseso."

"Bago si Mara, hindi ba't ako muna ang kailangang matiyak nating nakahanda nga at may kakayahang unang-unang sumuporta sa 'king anak?"

Muli siyang napatitig nang walang kakurap-kurap sa mukha ni Nadia Samaniego. Sinalubong ng titig nito ang mga mata niya. Hinayaang maglunoy sa mukha nito ang mapanuri niyang mga mata. Habang nagsusuri siya sa mukhang iyon ay nagsusuri rin ang mga mata ni Nadia sa kanyang mga mata't mukha.

"May dumi ba 'ko sa mukha, Dra. Roldan?"

"May bakas ng mga luha, Nadia."

"Ang bakas ba ng pag-iyak ay maituturing na dusing ng mukha?"

"Hindi. Lalo't kailangan namang iyakan ang pinag-ukulan mo ng luha."

"Dapat bang iyakan ang kamatayan ng isang pag-ibig, Aleli?"

"Bakit hindi? Umiyak din ako nang umiyak pagkarang itaboy kong umalis ang aking asawa!"

"Umiyak ako nang umiyak, Aleli, dahil ako mismo ang umalis!"

"Dahil walang gulugod ang asawa mong paalisin ka kahit ang tutuo'y gusto ka na niyang ipagtabuyan. Pinili niyang sikilin ka, sakalin ng kanyang pananahimik."

"At hindi ko siya pinayagang magawa iyon."

"Gusto mong mabuhay. Lahat ng tao'y may karapatan sa buhay, Nadia."

"Akala ko'y si Alfredo Marasigan ang buhay ko, Aleli."

"Kalokohan. Nasa bawat tao ang kanya-kanyang sariling hininga."

"Akala ko'y namatay na 'ko at muli lang nabuhay nang dumating si Alfredo Marasigan."

"Dahil kusang pinapatay mo ang sarili't iniisip na hindi ka na tutuong humihinga pagkaraan ng pagtatangka ng mga buhong na wasakin ang buong pagkatao mo!"

"Buhay pa ba 'kong talaga, Aleli?"

"Ano't iniiyakan mo ang nangyari kay Mara at gusto mong isuplong si Alfredo Marasigan? Buhay ka, Nadia, at lumalaban. Ang buhay ay pakikipagtunggali para mabuhay."

"Kagabi, kagabi'y hindi lang ang pagsasakdal ang gusto kong gawin, Aleli. Gusto kong pagkakalmutin sa mukha si Fred. Gusto kong dukitin ng sarili kong mga daliri ang kanyang mga mata. Gusto kong wasakin ang buong katauhan niya."

"Dahil kailangan mong mabuo, Nadia. Dahil kailangang mabuo ni Mara. Kailangang mawasak ang mga halimaw na nagwawasak sa mga tao. Kailangang maparusahan ang mga nagkasala para makabangon at makapagsimula ng bagong buhay ang mga biktima."

Hilam na hilam na muli sa luha ang mga mata't mukha ni Nadia Samaniego. Pero nakatawa ang mga mata nito't bibig habang umiiyak ang nakabukas—bukas na bukas—na mukha nito sa kanya.

4

Hindi Lang Pangalan

(Nakangiti sa kanya ang aliwalas na mukhang iyon habang nahihiga siya sa malambot na divan.)

Ano'ng gusto mong pag-usapan natin ngayon, Nadia?

Kahit ano. Bahala ka.

Mag-usap tayo tungkol sa mga pangalan.

What's in a name?

Parang gano'n na nga.

A rose by any other name... (At tumawa siya.)

Do you believe that?

No.

Karapatan mo 'yun. Ang paniwalaan ang gusto mong paniwalaan. Feel free to say what's in your mind... about anything... yes, anything under the sun!

(Pumikit siya sa pagkakahiga.)

Ano'ng paborito mong pangalan?

*Hindi **Nadia**!*

Ang Nadia'y isang magandang pangalan.

Nadia Comaneci, oo. Pero hindi ang Nadia Samaniego.

Bakit, kilala mo ba si Nadia Samaniego?

(Hindi siya makasagot.)

Sino si Nadia Samaniego?

(Umiling siya.)

Hindi mo s'ya kilala—si Nadia Samaniego?

Pangalan lang. Pero di pangalan lang ang 'sang tao.

Kung di pangalan lang ay ano pa?

Isang mukha... (Habang nakapikit ay tinitigan niya ang nakangiti't aliwalas na mukhang iyon na alam niyang nakatunghay sa kanya mula sa upuang nasa tabi ng kanyang kinahihigang divan.)

169

Ano pa?

Isang pagkatao... isang buhay. Tulad mo: Dra. Aleli Roldan!

Pero may sariling mukha, pagkatao't buhay din ang isang Nadia Samaniego.

Kung talagang mukha niya ang nakikita n'ya sa salamin. Kung nauunawaan n'yang talaga ang pagkatao't buhay n'ya.

Hindi ba, Nadia?

(Napabalikwas siya ng bangon.)

Wala ako rito kung kilala kong talaga ang sarili ko, Dra. Roldan! Kinumbinsi mo 'kong sumama sa 'yo, at mahiga rito, sa akala mo ba'y makukubinsi mo 'ko kung di ko pinagdududahan mismo ang sarili kong katinuan, Dra. Roldan?

Aleli, Nadia... Aleli.

A-Aleli, h-hindi ko kilala ang sarili ko! Matagal... matagal na'ng di ko kilala ang sarili ko.

Alam mong hindi mo kilala ang sarili mo ngayon, Nadia. Ibig sabihi'y kilala mo ang tunay na Nadia Samaniego. Relax ka lang at makikipagkilala kang muli sa kanya... Gusto mo bang makilalang muli si Nadia Samaniego?

(Tumango siya nang paulit-ulit habang namumula nang mapulang-mapula ang nakamulagat niyang mga mata.)

HAWAK ni Nadia Samaniego ang file ng iba't ibang kaso ng mga Pilipinang napalungi sa pagtatrabaho sa ibayong-dagat.

Isang DH (domestic helper) sa Singapore—dating guro sa Pilipinas bago nag-abroad—ang nagdanas ng buhay-bilanggo sa malapalasyong bahay ng mga pinaglilingkuran; pinagmamalupitan ng buong pamilya ng amo, maluka-luka na nang makatakas at makarating sa embahada ng Pilipinas.

Isang yaya, na dating nars bago nag-isip magtawid-dagat para kumita ng dolyar, ang ilang ulit na ginahasa ng among Arabo sa Riyadh.

Apat na Pilipinang nars sa Chicago ang natagpuang mga bangkay sa inuupahang apartment—nadiskubre ng mga medico legal na mga biktima ng sexual assault bago pinagpapatay sa maraming saksak.

Isang Pilipinang nag-aplay bilang DH sa Greece, bumagsak sa isang brothel ng mga babaing nagbebenta ng katawan na parang pakastahang baboy—walang bayad dahil sagot ng may-ari ang tirahan at pagkain at mga damit nito (kasama ang mek-ap at pabango) para makaakit ng maraming kustomer.

Isang Pilipinang ang application ay cultural dancer sa Japan ang naging Japayuki sa mga bahay-aliwang kontrolado ng Yakuza (Mafia ng Japan), nang umuwi'y nasa loob na ng kabaong. Namatay daw sa sakit at kinumpirma pa ng mismong embahada ng Pilipinas na gayon nga ang ikinamatay. Hanggang magpahayag ng pagdududa ang mga kamag-anak at binigyan ng karapatan ang NBI na mag-awtopsiya sa bangkay. Ang resulta: internal hemorrhage o pagdurugo sa loob ng katawan ang pangunahing dahilan ng kamatayan—ang pinakagrabe'y sa ulo; liban pa sa karahasang ipinakikita ng mga sugat sa pagkababae nito (likha ng patalim na ipinasok sa pwerta) at mga hiwa sa palibot ng mga hita.

Hindi niya natapos basahing lahat ang mga kaso. Bigla'y para siyang naupos na kandila. Nagsimulang pait iyong namuo sa kanyang sikmura, pagkuwa'y parang lasong kumalat sa buong katawan niya't nagpadilim sa kanyang mga paningin. At napadukdok na lang siya sa ibabaw ng kanyang mesa. Walangmalay na napalungayngay duon.

Pinagkaguluhan siya ng mga kasamahan sa FWWC (Filipino Women Welfare Center), isang institusyong naglilingkod para sa kagalingan ng mga Pilipina. Nagsusugurang pinuntahan siya ng mga volunteer na mga duktor, clinical psychologist at psychiatrist ng opisina. Hindi naman nangyaring nadala pa siya sa ospital at nagawa siyang i-revive.

ANO'NG nangyari kay Nadia Samaniego?

Hindi magkamayaw sa pagtatanong ang mga kasamahan at mga medical practitioner na kinabibi-langan ng psychiatrist na si Dra. Aleli Roldan.

Wala, walang anuman 'yun, sagot niya. Sobrang pagod lang siguro. O baka lipas-gutom.

Pinainom siya ng mainit na gatas. Konti lang ang ininom niya dahil masama pa rin ang timpla ng sikmura niya. Muling pinahiga na lang siya at pinapahinga sa isang mahabang sopa. At naglayuan na ang mga kasamahan para bigyan siya ng pagkakataong makapagpahinga.

Mabuti-buti na ang pakiramdam niya nang dumating ang oras ng uwian. Nagbalik na siya sa mesa niya para mag-imis ng mga gamit duon at likumin ang mga dokumentong gusto niyang iuwi at mapag-aralan. Kasama na ang file ng mga kasong binabasa niya bago siya nawalan ng ulirat.

"Sabay na tayo, Nadia." Si Dra. Aleli Roldan iyon na nakangiting papalapit sa mesa niya. "May sasakyan ako. Ihahatid na kita para siguradong makakauwi ka nga."

"Naku, baka malaking istorbo sa 'yo, Duktora. Kaya ko na'ng sarili ko."

"Aleli, Nadia. Wala naman akong ibang pupuntahan. Liban na lang kung may date ka!"

"May mga anak ako. Inuorasan ang uwi ko mula rito. Malalaki na sila't mahihigpit na gwardya talaga."

"Tayo na. Ipakilala mo sa 'kin ang mga anak mo."

Mahigpit talaga ang anyaya ni Dra. Aleli Roldan at wala na siyang dahilan pa para tumanggi.

"Binabasa mo ang file ng opisina sa mga kaso ng mga Pinay sa abroad, Nadia, nakita ko sa ibabaw ng mesa mo kangina."

Tumango lang siya.

"Binabasa mo 'yon bago ka... nadismaya." Pero iyon ay mas pahayag kaysa tanong.

"A-ang... grabe kasi, Dok..."

"Aleli!"

"Ang grabe talaga, Aleli."

"Kaya ka nadismaya."

"H-hindi ko talaga sigurado. Engrossed na engrossed ako sa pagbabasa, bigla na lang..."

"Bigla ka na lang nadismaya."

Muli, napatango na lang siya.

"Siguro'y napakasensitibo mong tao..." panatag na nagpatuloy sa pagsasalita si Dra. Aleli Roldan habang nagmamaneho. "Madali kang maapektuhan ng mga nakikita mo, nababasa, naririnig. Palagay ko'y magka-pareho tayo. Nuong araw, napakasensitibo ko ring tao. Nauuna pa 'kong umiyak kaysa talagang may problemang lumalapit sa 'kin. Hanggang magkaproblema 'ko mismo. At natutong lumaban bago ako ang manigas na lang sa pagsisintir ng loob. Alam mo'ng ginawa ko sa taong lumilikha ng problema ko, Nadia?"

"Ano?" tanong naman niya na parang bata.

"Binaril ko."

"Ano?" muntik na iyong maging sigaw kung hindi niya nasawata ang boses niya. "B-binaril mo?"

"Hindi ko naman pinatamaan talaga. Tinakot ko lang. Papatayin ko ba naman ang sarili kong asawa?"

Hindi siya nakakibo—si Nadia Samaniego.

"Kita mo na. Tama ang kutob kong napakasensitibo mo... madali kang ma-shock. Na-shock ka sa kwento ko, di ba, Nadia?"

Nanatili siyang tahimik. Ano ba'ng interes sa kanya ni Dra. Aleli Roldan? Hindi naman siya kabilang sa mga "kasong" pinag-uukulan ng pansin ng opisina nila. Pareho lang naman sila ng trabahong makialam sa mga problema ng mga Pilipina—sa loob man ng bansa o sa ibayong-dagat. Iniisip ba ni Dra. Aleli Roldan na siya man ay isa ring "kaso?" Nakadama siya ng panlalamig na lumukob sa kanyang kabuuan.

"O mali ako? Baka naman hindi tutuong madali kang ma-shock. Mali ba 'ko, Nadia?"

Iniunat niya ang sarili sa pagkakaupo.

"Ayan. Galit ka na siguro sa pakikialam ko. I'm sorry, Nadia. Ang talagang gusto ko lang nama'y makipag-kaibigan sa 'yo. H'wag kang matakot sa 'kin. Nagbibiro lang ako kangina nang sabihin kong binabaril ko ang aking mga kaaway!" at tumawa nang matinginting si Dra. Roldan. "Magugustuhan mo bang kaibigan ang katulad ko, ha, Nadia? Daldakina, palatawa, at pakialamera."

Mahinang natawa na rin siya. "Lahat naman tayo sa opisina'y pakialamera. Ano ba'ng trabaho nating lahat kundi magdalirot sa buhay nang may-buhay!"

Lalong lumakas ang malaya't mataginting na tawa ng psychiatrist. "Na akala mo'y wala tayong mga sariling problema! Gayong sa tutuo—tulad ko—kaya ako nag-volunteer sa Center ay para mailayo ko lang ang tutok ng isip ko sa sarili kong mga problema. Kung hindi'y baka maloka 'ko, ang ganda ko pa namang 'to!"

Nalilibang siya ni Dra. Aleli Roldan. Nakakalibang itong kasama't kausap. Sa mga lakad ng opisinang kasama ito, hindi nakakainip ang byahe dahil sa maraming istorya nito. Daldal ito nang daldal—tungkol sa panahon, hinggil sa mga nakikita sa kanilang dinaraanan, tungkol sa iba't ibang karanasan nito na karaniwan nang nakatutuwang mga anekdota , at kung anu-ano pa—na para bang hindi makakapayag itong lukuban sila ng katahimikan.

"Pero sa atin-atin lang, Nadia... matagal na 'kong lukaluka, alam mo ba? Hindi ko naman ikinahihiya kahit malaman pa ng iba. Bagay lang naman ako sa mundong 'to na 'sang baliw na mundo!" Pero walang kapaitan sa tinig na iyon; manapa'y isang panatag na tinig iyon na nagpapahayag ng isang pang-unawa. "Pero pwede rin akong maging matinung-matino kung... at ito na ang malaking *kung*!

At tahimik, mataimtim siyang nakinig sa paliwanag ni Dra. Aleli Roldan kaugnay ng sinasabi nitong malaking *kung*:

Kung matino na rin ang lipunan nila. Kung talagang makatao at makatarungan na ito. Kung may gulugod na ang gubyernong tumayo sa sarili at hindi na aasa pa sa isang dayuhang kapangyarihan; isang tunay na gubyerno ng mamamayang nagtataguyod ng kalayaan, katarungan at progreso ng lalong nakararami, at kumakalinga sa mga babae at bata ng lipunan. Sa kalahatan, kung hindi na katakwil-takwil ang klase ng lipunang ito na nagdudulot ng lahat na ng di-mabuting pakiramdam sa mayorya ng kanyang mamamayan—laluna sa kababaihan.

"Uy, katakwil-takwil daw, o... na para bang maitatakwil nga't makahahanap ka ng iba mong bayan! Kaya heto, Pinas pa rin tayo forever. Malay natin, baka sa kakukutkot ay magbago rin. Kaya sige, kutkot kete kutkot na lang!"

Hindi mo maiiwasang di pansinin ang kakaibang sigla ng personalidad ni Dra. Aleli Roldan. Iyon bang tipong hindi tumatanggap ng *Hindi* bilang sagot; iyong klaseng tunay na palaban sa buhay.

5
Tao, Hindi Bagay

(Tinawanan siya ni Aleli nang akma na siyang mahihiga sa divan sa pribadong klinika nito.)

Pwede rin tayong mag-usap nang parehong nakaupo, Nadia. Lalo't relax ka naman.

(Mabilis siyang napaunat ng upo sa gilid ng divan; akala niya'y kailangang nakahiga siya sa bawat session nila ni Dra. Aleli Roldan.)

Kung magagawa natin sa pinakanatural na paraan, lalong mabuti. Ano sa palagay mo, Nadia?

Pa'no magiging natural 'yong mas gusto kong makipag-usap sa 'king sarili kaysa sa ibang tao?

Kahit na sa 'kin, Nadia? Hanggang ngayon? (Dilat na dilat ang bilog na bilog na mga mata ni Dra. Aleli Roldan na waring tunay na hindi makapaniwala.)

Tinutulungan mo lang akong makipag-usap sa sarili ko, Aleli! Pero hindi tutuong n-nakikipag-usap na nga ako sa 'yo.

Kelan ka pa tumigil na tutuong makipag-usap sa ibang tao, Nadia?

(Natilihan siya; kailan nga ba nagsimula iyon? Kailan nga ba iyon na parang kaytagal-tagal na?)

Kelan, Nadia?

Mag... magmula nang hindi ko na magawang m-makausap nang... nang m-matino... ang s-sarili ko!

Pa'no 'yun?

Hindi... hindi ko talaga maintindihan...

Ang alin?

A-ako. Ang... ang s-sarili ko!

Bakit, Nadia?

B-bigla...

(Dahan-dahan, mula sa pagkakaupo sa gilid ng divan, ay idinausdos niyang pahiga ang sarili; at itinunghay ang mga mata sa kremang kisame.) *Bigla, m-matigas... matigas na matigas... ang l-loob ko. Na p-para bang... ang... ang d-dating hukay ng l-likido... li... likidong mga d-damdaming naro'n... ay... ay n-natabunan ng... ng b-buhangin, ng gra... g-graba't s-semento! At... at w-wala, wala na 'kong m-maramdaman kundi k-katigasan na... na p-parang... parang di na 'ko tao!* (At kinagat niya nang mariing-mariin ang pang-ibabang labi upang pigilin ang mga luha.)

H'wag mong pigilin, Nadia. H'wag mong pigilin ang mga luha kung... kung gusto mong umiyak. Ang tao, ang tao'y marunong umiyak, di ba, Nadia?

Pero pa'no kung tatawanan lang ng iba? Pa'no kung wala namang papansin—a, walang pakialam ang iba!—sa 'yong pakiramdam? Baka ang mangyari'y malunod ka lang sa sariling mga luha. Baka ang kirot ay maging gawak at magahak ka't tuluyang mawasak! Pa'no, p-pa'no mo muling bubuuin ang 'yong sarili? Baka hindi na mabuong muli ang 'yong sarili. Ayoko, ayokong m-mawasak at... at h-hindi na mabuong muli, ayoko!

(Makapangyarihan ang mga kamay na dumaklot sa kanyang mga balikat, at niyugyog siya ng mga iyon— niyugyog nang niyugyog. Sa pagkagulantang ay umawang ang bibig niya, lumaya ang pang-ibabang labi sa pagitan ng kanyang mga ngipin, at tumakas ang mga hikbi sa kanyang lalamunan, na nauwi sa bulalas ng mga hagulgol—mga hagulgol ng isang wari'y namatayan—na para bang ang masaganang balong ng luha'y muling bubuhay sa yumao, sinuman o anuman iyon!)

Sige, Nadia. Okey... okey lang. Umiyak ka habang gusto mong umiyak. Nauunawaan ko, nauunawan ko!

(Ang makapangyarihang mga kamay ay masuyong kumabig sa kanya at niyakap siya ng masuyong mga bisig. Patuloy siyang umiyak nang umiyak sa mga balikat ni Dra. Aleli Roldan.)

DINATNAN na ni Dra. Aleli Roldan si Nadia Samaniego sa FWWC.

Mula sa malayo, ang dating ng tahimik at di-marunong ngumiting si Nadia ay isang no-nonsense person, business-like. May katabaan, ang hitsura niya'y matronly, o mas agpang, parang school marm o titser na tumandang dalaga sa pagtuturo. Laging nakasuot ng mga damit na ang tabas ay pang-opisina, kumpleto sa blazer. Maikli ang buhok na ang mga kulot ay nakakapit sa bilugang mukha. Ang kabuuan niya ay makinis, malinis sa tingin. Ang buong bikas niya'y parang salamin ng isang areglado't sunod-sa-mga-reglamentong buhay.

Sa malapitan, may mahiwagang halina ang maamo't bilugang mukhang iyon. Nasa kulay-kapeng mga matang may lambong ng lungkot at latay ng paikpik na kirot at kung itingin ay lampas—o tagos?—sa kaharap. Nasa maliit na bibig na kahit nagsasalita'y waring nakalapat pa rin. Kinikipit ang pait, o kinukontrol ang pagsibi. Dahil sa mga mata't bibig na iyon, interesante't nakakaintriga, wari'y may misteryo ang mukhang iyon. Liban pa sa walang dudang maganda ang mukhang iyon—kilay na natural ang balantok; maliit, kimis na ilong; matulis, halos aristokratang baba. A, kung hindi lang may katabaan si Nadia Samaniego, lahat siguro'y makapagsasabing talagang magandang-maganda ito.

Nakatrabaho na niya si Nadia. Sa ilang kaso ng mga Pinay sa iba't ibang lugar ng bayan. Napaka-objective nitong humarap sa mga kaso, nuon pa ma'y itinatanong niya kung nasaan na, ano na'ng nangyari sa emosyon nito.

Kasama sila pareho sa grupong humarap sa isang pangkat ng mga babaing nagbibili ng aliw sa Angeles at Olongapo na nagpahayag ng kagustuhang ma-rehabili-tate at matuto ng ibang hanapbuhay.

Sa tanong na *Bakit?*, nagkakaisa ng sagot na *iyon* ang *hanapbuhay* na "pinakamadaling pasukin." Hindi na itinatanong sa hanapbuhay na iyon ang naabot na antas ng edukasyon. Wala nang kailangan pang eksa-eksamin kung ikaw ay matalino o bopol. Ang personalidad ay napakikitid sa mga katangiang pisikal—na hindi lang ang ibig sabihin ay kung may magandang mukha ang babae; ang tutuo pa nga'y nakalalamang dito ang may "exotic beauty" 'ka nga. At walang ga'nong diprensya kung "ligal" ka man (rehistradong hospitality girl, ibig sabihin) o "kolorum" (ibig sabihin nama'y hindi lisenyado). Basta gusto mo, pwede mong "ilako ang sarili" (konting pabagsak lang ang kailangan sa mga kinauukulan) sa mga bar, tapat ng sinehan, o sa gitna ng kalye.

Nakapukol sa malayo ang tingin ni Nadia Samaniego na para bang nililibang ang mga mata sa ibang tanawin—para hindi mapatutok iyon sa partikular na topograpiya ng buhay ng kanilang mga kaharap. Hindi, hindi lang ang panlabas na mga mata nito, siguro'y maging ang panloob na mata ng isip.

Pagtatakhan mo kung nakikinig ngang mabuti si Nadia sa pahayag ng mga kinakapanayam nila. Naka-on naman ang dala nilang cassette tape recorder kaya hindi na kailangan pang magtala ang sinumang kinatawan ng FWWC. Isa sanang patibay na matamang nakikinig si Nadia Samaniego kung nagtatala siya ng inaakala niyang mahahalagang punto sa sinasabi ng kanilang mga kausap—pero hindi na nga kailangan iyon ng sinuman sa kanila.

Hinahayaan ni Nadia na ang mga kasama na ang magtanong sa mga kinakapanayam nila. Sa buong proseso ng interview ay tahimik na tahimik lamang siya.

Kung ganuon "kadali" ang pumasok sa ganuong "hanapbuhay"—singkahulugan ba iyon ng "madali rin" ang mismong "pinasok na trabaho?"

"Mahirap s'yempre sa simula," sabi ng isa. "Kasi'y baguhan ka pa't mahiyain. At saka madali kang lokohin!"

"Pa'no 'yun?"

"Kung bagong salta ka, madalas kang mautakan ng parukyano. Todo-bigay ka na—ibig sabihi'y sige lang, anumang hilig ng naglabas sa 'yo!—binabarat ka pa sa bayad. Okey lang, kasi nga hindi ka pa marunong lumaro. At halata ng mga unggoy kung nangangapa ka pa lang sa trabaho—pipigain ka talaga."

"Pag sanay ka na, mas madali na; marunong ka nang makipaglokohan, e, at nakakadenggoy kang madalas kung wise ka."

"Pa'no naman 'yun?"

"Pwede mo na lang daanin sa karinyo't halinghing kung marunong ka na. Kayang-kayang dayain ang hilong-talilong na sa pagnanasa. Pwede mong ipitin na lang sa hita'y hindi pa rin halata kung alam mo talaga. Nakakarami ka'y hindi ka masyadong nalalaspag. Sa bar pa lang, sa dami ng order·mong lady's drink—malaki na agad ang kita mo. Sa kama, kung baliw na sa karinyo, nagiging bulanggugo ang manyakis—dukot na lang nang dukot sa bulsa at bigay nang bigay, kung di man kusa nang pinadudukot ka sa bulsa n'ya."

"Pero pwede nga rin palang baligtarin ang dalawa: mas madali kung bago ka, at mas mahirap kung matagal ka na."

Muli, hingi ng paliwanag ang iba—liban kay Nadia Samaniego.

"Naaamoy nila ang isang baguhan na parang mabangong bulaklak! Di-kasing pinag-uunahang makuha. Sa bar pa lang, pinag-aagawan nang maiteybol. At sa highest bidder ang laro kung maraming gustong maglabas sa 'yo. Mabango ka s'yempre maging sa manager na siyang binabayaran para ka mailabas. Malaki na agad ang taga mo sa porsiyentuhan!"

"At kung matagal ka na?"

"Hindi ito tulad sa ibang trabaho na habang tumatagal ka't nakakarami ng karanasa'y tumataas ang iyong ranggo't presyo."

"Kung matagal ka na, ang kasanayan mo'y parang hero sa pigi ng isang kakataying baka. Sa tingin pa lang ng isang bihasa, iniisip agad na hustler ka na. Liban pa sa natatakot na baka "may-tama" ka na, nawawalan din ng gana sa pagtantyang luganggang ka nang parang lantang gulay o bilasang isda, o kaya'y makalyo na sa sobrang gamit. Kung hindi ka talaga magkakapalmuks na manghila at magbonus ng katakut-takot na karinyo, mapapanis ka't lalangawin sa magdamag. At talagang masakit magbilang ng wala kaysa magbilang ng marami kahit na bugbog na bugbog ka hanggang bahay-bata."

Walang kurap na nakatitig lamang sa malayo si Nadia habang nakabaling nang bahagya ang ulo para hindi diretsong matunghayan ang alinman sa mga mukha ng mga kaharap nila.

Pero bago ka man o datihan na—wala nang pinakamasakit kundi ang "tamaan" ka. Ng sakit, ano pa? Syphilis o gonorrhea. At ang pinakahuli't pinakagrabe—AIDS. Ngeeek talaga! Ayaw mo man, magagarahe ka. Para sa umaatikabong gamutan. Pero kahit magaling ka na at sertipikado nang muli ng pink card 'ka nga, mahina ka na sa maraming tambayan na parang "hopyang di mabili, may amag sa tabi."

"At matindi din ang isa pang klase ng "tama." 'Yung magkakagusto ka, ma-in-love. Uy, meron ba no'n? Nakaka-loka 'yun. Nagpapagamit ka na nang libre, wala ka pang pakialam kahit na mabuntis. Kahit hindi mo naman siguradong in-love din sa 'yo ang nakursunadahan mo. Hanggang piyer ang labas mo kung GI ang nakatuhog sa puso mo. At palabigasan naman kung local brand na tambay o callboy o macho dancer ang nagpadapa sa iyo. Aray! Bihira naman ang nagsiseryoso sa mga katulad namin. Ay, ay, kalisud, ang uwi ng 'yong pagsintang pururot!"

Bakit nila naisipang tumigil na at magbago ng hanapbuhay?

"Hindi na 'ko singbata nuon. Pag bata ka—kahit sa ganitong trabahong inilalako mo talaga ang sarili—hindi gaanong matindi ang dating ng pagiging miserable mo. Kasi, alam mo ring may talaga namang gustong kumuha sa 'yo. At lalapitan ka naman talaga. Ipatatawag. At sinusuyo pa—ng bulaklak, tsokolate, prutas, kung anu-ano! Masarap pa din 'yun sa pakiramdam. Ako ngayon 'yung tipong "naherohan" na sa pigi. Ayokong mangyaring ilabas ko pati bituka ko kahit na sa bar or sa kalye para pansinin lang ako't kunin ng isang kostumer. Masyado yatang nahuli ang hiya ko, pero nagka-hiya nga akong bigla nang tumanda!"

"Nagkasakit ako. Bigla, naisip ko ang Diyos. Siguro, pinarurusahan na 'ko ng Diyos. Parang may impyerno sa puson ko. At nakababaliw ang pangangati ng kurikong. Ayoko nang magkasakit uli. Natatakot akong hindi na magkaanak. O kung magkaanak ma'y baka isang dispalinghadong bata— pilas ang nguso, kulang ng daliri, walang puwit, iisa mata, gano'n. Diyos ko po, h'wag naman sana! Gusto ko nang magbagong-buhay. Kung pwede ngang mangyari 'yun. Gusto kong subukin kung magagawa ko. Magagawa ko ba?"

"Tinamaan ako ng sintang pururot. Akala ko'y isasalba ako ng aking pag-ibig. Ang sarap sabihin, 'no? Isasalba ng aking pag-ibig. Ang sarap ding pakinggan! Pero ang naging labas ko'y pakastahang baboy. Sa mismong bahay na akala ko'y magiging tahanan. Ang naging bugaw ko'y ang mismong nobyo ko't ka-live-in. Pag ayaw kong pagamit, binubugbog n'ya 'ko; pa'no daw kami mabubuhay kung di ako kakayod. Lumayas ako't napadpad nga sa Center."

"Nagkaanak ako. Wala nang gaganda pa sa anak ko! Akalain ko bang sa gitna ng trabahong asal-hayup, at sa mga lugar na mabantot sa lahat na ng klase ng singaw at katas ng katawan, duon mabubuo sa tiyan ko ang gano'n kagandang bata! Ay, talagang ang ganda't ang bango ng anak ko! At bigla, kung gaanong pagkaganda-ganda't pagkabangu-bango ng anak ko'y siya namang biglang pagkapangit-pangit at pagkabahu-baho ng hanapbuhay ko at ng mga lugar nito. Sinabi ko sa Kanong nakabuntis sa 'kin na s'ya ang ama ng anak ko, tingnan n'ya't ginto ang buhok at bughaw ang mga mata, at maputing-maputi at mamula-mula, at para sa anak nami'y ayoko nang magtrabaho ng trabaho ko. Sabi niya'y bahala na; titingnan n'ya kung maaayos n'ya, maghintay na lang daw ako, at kung areglado na, isang araw ay darating s'ya't kukunin n'ya kaming mag-ina at iuuwi n'ya kami sa Amerika. Hindi na dumating-dating ang araw na 'yun. Ni ha, ni ho sa sulat, wala. Namatay na siguro sa Gulf War si Kenneth. O nalunod sa dagat-Pasipiko. O nagretiro na sa kanyang bayan. At tumigil na 'kong maghintay at umasa. Lumalaki na ang anak ko't kailangang umalis na 'ko sa Gapo—bago ako mahilang magtrabaho uli para ibuhay sa kanya!"

Natapos ang panayam sa mga babaing Angeles at Gapo sa biglang pananahimik ng lahat.

Siya rin—si Dra. Aleli Roldan—ang bumasag sa katahimikan; ayaw niya ng katahimikan na para bang iyo'y kakambal ng kamatayan! "Nakakatuwa ang pagiging bukas n'yo sa pakikibahagi sa 'min ng inyong karanasan. Palagay ko'y handa na tayo sa ating proyekto ng pagbabagumbuhay. At susi rito ang pinasimulan natin ngayon... ang pagiging bukas sa pagitan natin sa darating pang mga araw. Baka may maidaragdag ang sinuman?" At pinukol niya ng tingin si Nadia Samaniego.

"Pagbabagong-buhay. Ano ba 'yun?" sabi ni Nadia at idiniretso ang buong mukha at mga matang walang kurap sa mga babaing kinapanayam nila; naglilipat-lipat sa bawat mukha ang mga paninging may lambong ng lungkot at latay ng paikpik na kirot.

"Ano pa kundi ang pagbabago ng hanapbuhay!" mabilis na sabi ng isa. "Ang pagharap sa isang marangal na trabaho para sa marangal na pagkabuhay."

"S'yempre, pagsisisi muna sa nagawang mga kasalanan. Makasalanan ang buhay na tulad ng sa 'min at kailangang pagsisihan!"

"Para sa 'kin, ito'y pagbabalik muli sa pagiging tao."

Naglunoy nang walang kakurap-kurap ang kulay-kapeng mga mata ni Nadia sa magaspang, maputla't marak na mukha ng may-edad nang babaing dating puta.

"Pa'no 'yun?" ang tanong ni Nadia. "Ang pagbabalik sa pagiging tao."

"Tulad ng pagbabalik ng hiya sa 'kin—ang pakli. Ang hiya'y karugtong ng dangal. Ang dangal ay kaakibat ng tunay na pagkatao. Ang usapin ng dangal ay dapat tumagos sa lahat ng tunay na damdamin ng isang tao. Walang hiya, walang dangal, wala halos kahit na pakiramdam. Naging isang bagay ako sa mahabang-mahabang panahon. Isang bagay na ginagamit ng iba, walang pagtutol, walang damdamin. Gusto kong maging taong muli!"

Namulang mapulang-mapula ang mga mata ni Nadia Samaniego sa paglulunoy sa mukha ng matandang puta na para bang nakikipagtitigan sa kaluluwa nito.

Hanggang kumurap ang mga mata niya at ibaba't itakip sa mga mata ang mga talukáp niyon sa pagyuko niya. Nahuli ba ni Dra. Aleli Roldan nuon ang kislap sa mga mata ni Nadia na gustong itago nito't ayaw makita ng iba? Iyon ba'y kislap ng mga luha?

"May tanong ka pa ba, Nadia?"

Umiling si Nadia Samaniego. At lumipat na sila sa paksa ng programa sa rehabilitasyon.

6
Laman at Dugo
sa Likod ng Numero

(Nagtimpla ng dalawang baso ng orange juice si Dra. Aleli Roldan.)

Dalawang baso. Tig-isa tayo. Magpapapresko tayo sa pamamagitan ng tig-isang baso ng orange juice. Gusto mo bang mag-usap tayo ng tungkol sa mga numero, Nadia?

Hindi ako mahilig sa sugal.

Hindi naman kita tuturuang magsugal. Size 6 ang sapatos ko. Ikaw?

Gano'n din.

Pwede pala tayong maghiraman!

Treinta'y kwatro na 'ko, tumatanda na 'kong talaga, Nadia! Ikaw, ilang taon ka na ngayon?

Treinta'y tres. At palagay ko'y di na 'ko nakakaramdam pa.

Hmmm... Tingnan natin... Ano'ng naisip mo nang banggitin ko kangina ang numerong dalawa.

Wala, hindi ako nag-iisip kangina.

Ngayòn?

Dalawa ang anak ko. At dalawang taon ako sa...

Sa..?

Sa detensyon. Nakulong ako nuong panahon ng martial law.

Dàlawang taon sa detensyon. Seven days a week, four weeks in a month, twelve months in a year. Three-hundred sixty-five days a year...

(Bigla, nakaramdam si Nadia Samaniego ng pamumuno ng ulo.)

Ang t-tagal-tagal no'n. Ayaw, ayaw kong magbilang ng mga araw. Ni hindi nga ako t-tumitingin sa relos!

Anong petsa ka nahuli, Nadia?

(Bigla, ang dating kirot sa kanyang utak.)

N-nakalimutan ko na.

O... kinalimutan mo?

Sabi... sabi ko'y nakalimutan ko!

Alalahanin mo, Nadia. Kelan, kelan ka hinuli ng militar no'ng panahon ng martial law?

(Makirot na makirot ang ulo niya at pumikit siya nang mariin. A, iyon ay waring paghahalungkat sa makikirot na liha ng kanyang utak!)

Hindi mo pwedeng kalimutan ang petsang 'yun, Nadia. Nasa isip mo 'yun. Nariyan lang at alam mo.

(Naruon nga. Sa ikalawang buwan ng batas militar. A-dose ng Oktubre, 1972. A-dose, tulad ng petsa ng kasarinlan daw sa buwan ng Hunyo! Sinabi niya kay Dra. Aleli Roldan nang hayag sa boses ang kapaitan.)

Ilan kayong magkakasabay na nahuli, Nadia?

Nag... n-nag-iisa 'ko!

Ilan ang mga humuli sa 'yo?

L-lima...sampu, s-sandosena, isang d-daan... a-ano'ng diprensya?

Ilan, Nadia? Ilan, at ano ang ginawa nila sa 'yo?

I-ilan? A-ano'ng ginawa? S-sinabi ko na, hinuli nila 'ko! H-hinuli nila 'ko paglabas ko ng bahay namin. N-nagsisigaw ako, n-nagsisigaw nang nagsisigaw para... para marinig sa bahay...

Sa'n ka nila dinala, Nadia? Ano'ng ginawa nila sa 'yo?

H-hindi ko alam! P-pi... piniringan nila 'ko, h-hindi ko alam.

Ano'ng ginawa nila sa 'yo, Nadia?

(Napupunit ang lambong na dilim sa baha-bahagi ng kanyang kamalayan. Lumalantad na waring natatanglawan ng mabuhay-mamatay na hugos ng liwanag ang malagim na karanasan ng pagpugay ng mga halimaw sa kanyang pagkatao't dangal. At hindi niya namalayang pumulas sa kanyang bibig ang nakalulunos na palahaw ng paggibik.)

Nadia? Nadia, ano'ng nangyayari sa 'yo?

(Wala siyang naririnig. Hindi niya naririnig pati ang sariling pagpapalahaw ng magkakahalong iyak, daing at paggibik. Nagwawala siya sa pagkakayakap ni Dra. Aleli Roldan—itinutulak niya ito, kinakalmot, tinatadyakan.)

Si... si Aleli 'ko, Nadia... si Aleli.

A-Ale...li.

EX-DETAINEE si Nadia Samaniego. FQS (first-quarter storm) activist siya at dinakip at ikinulong sa loob ng dalawang taon ng diktadurang Marcos. Alam ito ng mga kasamahan niya sa FWWC. Alam na rin ito ni Dra. Aleli Roldan—nalaman mula sa kwentuhan ng mga kaopisina.

Pero hindi nila alam na si Nadia Samaniego nang mahuli'y ginahasa ng mga sundalo sa isang safehouse ng mga ito. Hali-haliling ginahasa ng buong pangkat ng militar na humuli sa kanya. Ni hindi naitala ito sa rekord niya ng pagkakadakip at pagkakabilanggo ng dalawang taon.

Maging ang sariling mga magulang ay hindi pinagtapatan ni Nadia Samaniego ng nangyaring panggagahasa sa kanya. Kinimkim niya sa ubod ng kanyang sarili ang bangungot na iyon ng kasuklam-suklam at nakaririmarim na reyalidad ng batas militar kung-saang ang mga kawal ng AFP (Armed Forces of the Philippines) na tagapagtanggol daw ng mga mamamayan ay siyang mga halimaw na namimiktima sa mismong mga taumbayan.

Itinali nila ang kanyang mga paa't kamay sa mga sulok ng spring bed. Ng mga piraso ng damit na nilabnot na pahubad sa katawan niya. Isang kimpal ng gulanit na damit niya ang ipinangsikang din sa kanyang bibig. At saka tinanggal ang piring sa kanyang mga mata upang saksihan niya mismo ang ritwal ng brutalisasyong ipalalasap sa kanya ng mga unipormadong halimaw.

Mariin niyang ipinikit ang mga mata at tinawag ang Diyos. Tulungan mo 'ko, Diyos! Kung tutuong makapangyarihan ka'y maghimala ka ngayon. Ipalasap mo, Diyos, sa mga halimaw na ito ang poot ng Langit. Magpakawala ka ng kidlat at tupukin silang lahat! Haplitin Mo sila ng hangin at unos at guhuin ang impyernong kinaruruonan ko ngayon! Pakinggan mo 'ko, Diyos, Diyos ko, Diyos ko, hindi mo ba 'ko naririnig?

Panawa't pagsaulian siya ng ulirat, pero patuloy ang makahayup na ritwal ng paglulugso sa kanyang dangal ng mga halimaw na waring walang kasiyahan. Sa saliw ng musika ng baliw na halakhakan, pinagpistahan ng mga buwitre ang kanyang katawan.

Pero walang himala ng Diyos na naganap. Ang tanging milagro'y nabuhay pa siya pagkaraang halos ay lapangin ng mga lobo't kanibal! Bakit nagkagano'n, gayong gusto na niyang mamatay?

Nabuhay siya—si Nadia Samaniego. Pero wari'y buhay na patay. Inilabas din siya ng militar dahil sa walang humpay na pagsisikap ng kanyang mga magulang na ipalabas siya. Sigurado ng mga ito na mga sundalo ang kumuha sa kanya sa harap ng kanilang bahay. Nakuha pa nga ng kanyang kapatid ang plate number ng sasakyang ginamit—isang military jeep—sa pagdukot sa kanya.

Inilabas siya ng militar at inilagay sa regular detention at nadalaw siya ng mga magulang at kapatid. Pero hindi siya makayakap at makaiyak sa mga ito. Hindi niya masabi kahit sa sariling pamilya niya ang naging mapait na karanasan sa kamay ng militar.

"Buti na rin ang nangyaring 'yan," sabi ng kanyang ama. "Pagkatapos nito'y magnu-normalize na siguro ang buhay mo, anak. Mag-aaral kang muli paglabas mo, at magtatapos ka. Magiging normal na nga ang buhay mo na katulad ng karaniwang mga anak ng mga magulang na tulad namin. Hindi mo na kami bibiguin ngayon, di ba, Nadia, anak?"

Nginitian niya nang mapait ang mga salita ng kanyang ama.

"Ayos ka naman sa tingin ko," sabi naman ng kanyang ina. "Wala ka namang mga paso o anupaman."

"Sige, anak," pagwawakas nuon ng kanyang ama sa una nilang pagniniig pagkaraan ng halos isang buwang pagkawala niya. "Inaasahan naming magpapakabait ka. Nangako kaming magpapakabait ka na, anak, at sinabihan kami ng mga opisyal ng kampo na hindi ka magtatagal dito kung magkakagayon nga. Wala lang namang kahihinatnan ang tigas ng ulo sa panahong 'to, hindi ba, Nadia, anak?"

Wala nga rin lang kahihinatnan ang anupamang tahasang paglaban sa umiiral na batas ng dahas. Ang anupamang pagbubunyag ay magiging tinig lang sa ilang. Ang kaso niya kung kanyang ilalantad ay magiging isa lang sa maraming katulad na kaso—naitala man o hindi. Isang numero. Pang-ilan ba siya?

KAISA-ISANG tao ang pinagtapatan niya ng katotohanang siya'y biktima ng panggagahasa ng militar. At ito'y ginawa niya pagkaraan ng mahigit isang dekada, pag-aasawa, at dalawang anak. Ang masaklap niyang karanasan ay ipinagtapat niya sa naging asawang si Alfredo Marasigan, isang manunulat/mandudula, nang nagsisipag-aral na ang kanilang dalawang anak.

Parang pinaluka sa ulo si Fred. Matagal na natulingag at napamulagat sa kanya ang blangkong mukha.

"Ano'ng sinabi mo, Nads? Pakiulit mo nga ang sinabi mo."

Inulit niya. Hindi madaling gawin iyon—ang ulit-uliting ikwento ang malupit na karanasang iyon—pero inulit niya. Para lubos na masapol ng isip ni Alfredo Marasigan.

Nang matapos niya sa ikalawang ulit ang pagtatapat, hindi na blangko ang mukha ng asawa niya. Madilim na iyon. Parang kaputol ng puting panginoring kinulapulan ng makutim na ulap. At unti-unti, taliwas sa inaasahan niya, tumalim ang dating masuyong mga matang iyon. At napilas sa pangit na ngiwi sa pagbuka ang magandang bibig na iyong may punong mga labi. Bigla, nag-alala siyang bubulalas ng panangis si Fred o magbububusa ng mura.

Pero muling tumikom ang bibig na iyon. Mahigpit na tumikom at nakita niyang nanginig ang mga pilipisan at baba ni Fred sa pagtatagis ng mga ngipin. At parang bulto ng damit na nasalagmak sa sopa ang kabuuan nito. Nakasubsob sa mga bisig ang mukha habang nakasabunot naman sa buhok ang mga daliri ng dalawang kamay.

"B-bakit... bakit mo s-sinasabi sa 'kin ngayon, Nads?" tila daing ang boses ni Alfredo Marasigan.

"N-ngayon lang ako... n-nagkalakas ng loob na sabihin, Fred."

"I... inuulol mo ba 'ko, Nads? Inuulol mo ba 'ko?"

"H-hindi. Gusto ko lang kumpron..."

"B-binubulabog mo'ng isip ko, Nads!"

"Hindi. Masyadong m-matagal na kasing..."

"Oo, Nads! B-bakit hindi no'n pa? B-ba't ngayon lang? Inilabas mo sana no'n pa! Hindi ka naman nila pinatay, b-bakit ka nanahimik lang? Aktibista ka, ba't di mo inilaban? Nads, a-ano'ng laro 'to?" at nasala sa pandinig niya ang sinusupil na mga tunog ng pag-iyak ng asawa.

"I'm... s-sorry, Fred!" hindi niya alam nuon kung mananatili siyang nakaupo—hanggang mapagkit, o matunaw, sa upuan—o tatayo siya at tatakbong palayo kay Alfredo Marasigan para hindi na pakita pa rito kahit kailan! "H-hindi ko kasi kaya, h-hindi ko kaya n-no'n. A-ayoko, ayokong ang k-kaso'y m-mauwi lang sa... sa i-isang statistic. I-isang tala, i-isang... n-numero... a-ayokong m-maging, maging isa lang s-statistic, Fred!"

"Bullshit! That's bullshit, Nads!"

Para siyang pinutukan ng kulog. At bago niya nalama'y nagkalama't buto ang bulto ng damit na kaharap—at nakatayo na si Alfredo Marasigan, tumalikod, at nagdudumaling humakbang palayo sa kanya.

Pakiramdam niya'y naging isa siyang maliit na tuldok sa sopang kinalilikmuan.

7

Ang Lalaking Walang Mukha

Pag-usapan natin si Alfredo Marasigan, Nadia.

(Bigla'y gusto niyang bumalikwas ng bangon sa pagkakahiga sa divan ni Dra. Aleli Roldan. Gusto niyang tumakbong paalis ng pribadong klinika ni Aleli at hindi na magbalik pa duon kailanman. Pero para siyang ipinagkit sa pagkakahiga. Namimigat ang buong katawan niyang parang tingga.)

Sabihin mo sa 'kin, Nadia—pa'no mo natatandaan si Alfredo Marasigan?

W-wala. Siya... s-siya'y isang lalaking w-walang mukha!

Bakit nagkagano'n, Nadia? Si Alfredo Marasigan ang lalaking pinakasalan mo. Si Alfredo Marasigan ang ama ng dalawa mong anak.

W-wala, wala siyang isang m-mukha. M-marami s'yang mukha at... at hindi, h-hindi ko kilala ang tunay n'yang mukha!

Bakit, ibinibilang mo ba si Alfredo Marasigan sa mga lalaking gumahasa sa 'yo?

H-hindi! Hindi ko sana s'ya p-pinakasalan kung gano'n.

Nagpakasal ka sa isang lalaking hindi mo kilala, gano'n ba, Nadia?

A-akala ko'y kilala ko s'ya. Hindi, h-hindi pala.

Ano'ng pagkakakilala mo sa kanya nang kayo'y pakasal, Nadia? Ano'ng mukha meron si Alfredo Marasigan at inibig mo s'ya at pinakasalan?

Isa iyong m-maamo... m-masuyo... m-mabait na mukha. Pero... isa palang m-marayang mukha... isang m-maskara.

Isang maskara?

Isa... isa lang 'yun. Si Alfredo Marasigan ay... ay m-maraming maskara. H-hanggang... hanggang m-matunaw ang n-nakapintang iba't ibang katauhan n'ya at...at maging k-kimpal, sangkimpal na lang ng d-dilim ang... ang mukhang 'yun, ang b-buong ulong 'yun.

Pa'nong nagkagano'n, Nadia?

Ewan ko. H-hindi ko alam.

Sabi mo'y itinakwil ka n'ya nang ipagtapat mong ginahasa ka ng mga sundalo nang dukutin ka ng mga ito para ikulong.

I-inaasahan kong...

Inaasahan mong sasaluhin ka n'ya, pero nabigo ka.

H-hindi. Inaasahan kong m-magkakagano'n nga, at... at n-nagalit ako sa sarili ko kung b-bakit hindi ko s-sinabi sa kanya b-bago pa n'ya 'ko n-niyayang pakasal!

Nang sa gayo'y hindi na sana niya ginustong mapangasawa ka pa?

Para may d-dahilang hindi ko na siya m-mapangasawa pa.

Pero nagtapat ka sa kanya pagkaraang makasal na kayo't magkaro'n na ng dalawang anak, Nadia. Para marami nang dahilan para hindi ka na n'ya maitakwil?

Ako ang kusang h-humiwalay sa kanya.

Dahil tinapos na ng 'yong pagtatapat ang relasyon n'yo sa panig n'ya. Inunahan mo lang s'ya sa pagsasabi ng tapos sa inyong relasyon.

(Napaangat ang ulo niya sa pagkakahiga at dinunghal si Dra. Aleli Roldan sa silyang kinauupuan nito.)

Ano'ng alam mo sa iniisip ko't nararamdaman? A-ako lang, t-tanging ako, ang s-sarili ko, ang l-lahat, lahat-lahat ng pakiramdam ko, ang k-kasalukuyan at h-hinaharap ng pamilya ko, l-laluna na ng mga anak ko, ang l-lahat-lahat sa buhay ko, ako lang at ang l-lahat-lahat sa 'kin ang n-naka-tayang buung-buo sa p-pagkakataong 'yun! A-ano'ng karapatan mong i-imungkahi ngayon na gusto, gusto ko lang i-isalba k-kahit man lang, kahit man lang ang k-konti pang n-natitira kong pride at self-esteem?

Sinabi mo, Nadia. At iyon nga 'yun.

Hindi mo gustong mamalimos ng awa kay Alfredo Marasigan na h'wag ka n'yang itakwil na parang may sakit na nakahahawa.

Hindi mo gustong matunaw kahit ang nalalabi na lang hibla ng paggalang mo pa sa sarili sa paninikluhod sa kanyang huwag, h'wag ka n'yang itakwil.

Gusto mo pa ring maghiwalay kayong nakatayo ka sa sariling paa at lumalakad na palayo—sa halip na nakalugmok at gumagapang sa paghabol na h'wag ka n'yang iwan.

Saludo ako sa 'yo, Nadia. Mero'n kang kahanga-hangang kakayahang magdepensa sa sarili. Nagagawa mong balutian ng panlabas na tatag ang gumuguho mong panloob na mundo. Kahit na sa kasukdulang itanggi mo sa sarili o ilibing sa loob mo ang mga katotohanang hindi mo na mababago pa— sa sarili mo man o sa ibang tao.

Hanggang kelan, Nadia? Hanggang kelan tatagal ang 'sang moog na buhangin o ang isang kutang kristal?

Hanggang sa pinakamaikling itatagal ng likas na kahinaan nito o sa pinakamalapit na pagguho/pagsambulat?

T-tama na!

Nasa 'yo, Nadia, ang lahat ng katotohanang magpapalaya sa 'yo. Mga katotohanang dahil sa 'yong paninikil ay namumuno't umaapaw, sumisikad, umiigpaw—at peligro mismo sa pagguho't pagsambulat ng artipisyal mong moog na buhangin at kutang kristal.

A-ayoko na. K-kinasusuklaman ko si Alfredo Marasigan, kinasusuklaman ko s'ya! A-ano pa'ng gusto mong marinig?

Na mahal mo pa rin s'ya—si Alfredo Marasigan—sa kabila ng pagkasuklam mo sa kanya.

H-hindi, hindi na n-ngayon. M-maniwala ka, Aleli, maniwala ka!

Maniniwala ako kung iisa-isahin mo sa 'kin ang mga dahilan kung bakit suklam na suklam ka sa kanya sa kasukdulang binurd mo ang mga mukha ng sinasabi mong iba't ibang katauhan sa kanyang mga maskara.

A-ayoko na, ayoko! (At tuluyan na siyang bumalikwas at nakabangon—at ang tigmak sa luhang mukha'y galit na idinunghal nang lalong malapit sa mukha mismo ni Dra. Aleli Roldan.)

Anu-ano pa ang ibang mga maskara ni Alfredo Marasigan, ha, Nadia?

(Nanggigipuspos na pabagsak siyang muling napahiga sa divan.)

Hindi kinakailangang sagutin mo na ngayon, Nadia. Palagay ko'y makabubuting magpahinga ka na muna, I'm sorry.

SI ALFREDO Marasigan. Manunulat daw ng konsensya. May sensibilidad daw ng isang artistang katulad ng sa paglalarawan ni Maxim Gorky: "ang mga mata, tainga at puso ng kanyang panahon."

Nag-uunos ang panahon para kay Nadia Samaniego, pero hindi naman siya pinigilan ni Alfredo Marasigan na sumagasa sa daluyong nang magpaalam siya rito. Ni hindi tumingin sa kanya ang asawa. Na para bang wala itong mga mata. Ayaw nitong matuklasan niyang wala itong mga mata.

"Lilipat na 'ko ng lugar, Fred. Iiwan ko muna sa 'yo ang mga bata. Hanggang sa panahong kaya ko nang buhayin sila sa sarili ko. May mga bagay na dapat ko munang unahing ayusin. Tirahan, trabaho, iba pa. Sa panahon ng pag-aayos ko sa mga ito, papasyal-pasyalan ko na lang muna ang mga anak ko. O susundu-sunduin ko sa mga panahong walang klase. Sa akin sila tuwing bakasyon."

Hindi kumibo si Alfredo Marasigan. Na para bang wala itong narinig mula sa kanya. A, bulag na'y bingi pa rin si Alfredo Marasigan.

Binitbit niya ang mga maleta sa kanyang paanan. Nang lumakad siya palabas ng malaki't marangyang bahay na iyon ng mga Marasigan, tanging ang mga taguktok ng sapatos niya ang bumabasag sa paikpik na katahimikan.

Pinigil niya ang sariling lumingon. Hindi na niya malalaman kung hinabol siya, kahit ng tanaw, ni Alfredo Marasigan. Hindi naman siya makikita ng walang-liwanag na mga mata nito. Ni hindi man lamang siguro maririnig nito na ang mga yabag niya ay papalayo at iyon ay tahasan nang paglisan.

Wala ring tinig si Alfredo Marasigan. Hindi siya matatawag nito. Hindi mabibigkas kahit na ang isang matabang na paalam. Pero kung meron mang tinig ito, iyon ay magiging isang hungkag at pagaw na tinig—walang-pusong tinig.

Binilisan niya ang paglakad. Walang lingon-likod hanggang sa makalabas 'ng malawak na bakurang iyong napapaderan ng mataas at may malapad at mataas na tarangkahang bakal na mas madalas na nakapinid kaysa nakabukas.

Isang araw, babalik siya sa malaki't marangyang bahay na iyon. Babalik siya hindi para dalawin lamang ang dalawa niyang anak kundi para kunin ang mga iyon. Pagkakalooban niya ang mga anak ng tahanang kung hindi man masagana sa luhong materyal ay punung-puno naman ng pagmamahal.

Kagabi pa siya nakapagpaalam sa mga anak: ang labindalawang taong gulang na si Mara at ang sampung taong gulang na si Carlo.

Hindi, hindi niya kinausap ang mga ito. Hindi niya alam kung paano sasabihin sa mga salitang maiintin-dihan ng dalawang anak ang mga dahilan at layunin ng kanyang pag-alis.

Paano niya sasabihin sa mga ito na mula bukas ay hindi na siya isang Marasigan? Paano mauunawaan ng alinman sa mga anak niya—sa murang edad ng mga ito—ang kapasyahan niyang magbalik na muli sa dating pangalan niyang Samaniego: kung ano talaga siya bago pa mapangasawa ni Alfredo Marasigan na naging ama ng mga ito? Isang Samaniego una sa lahat—anuman siya, ginusto man niya o hindi; at isang Samaniego, anupaman ang maging mga bagong debelopment sa buhay niya—siya man ang may kagagawan, o kagagawan ng iba.

Siya nang muli si Nadia Samaniego na hindi maaaring makisilong sa ibang pangalan at buhay. Ang anumang magandang pagbabago sa buhay ni Nadia Samaniego ay tanging si Nadia Samaniego lamang ang maaaring makalikha para sa kanyang sarili. At gusto niyang magawa iyon para sa sarili at sa kanyang mga anak.

Paano niya sasabihin ang lahat ng iyon sa mga anak na si Mara at si Carlo?

Nagpaalam siya sa dalawang anak sa pamamagitan ng pagpunta sa kanya-kanyang silid ng mga ito—na karaniwan namang ginagawa niya gabi-gabi—at nagtagal siya ng ilang minuto kaysa karaniwan.

Hininaan niya ang radyo ni Carlo na nakabukas sa paboritong istasyon nito, umakyat sa kama ng anak at nakaakbay ditong nakipakinig sa paboritong musika nito. Pagkaraan ng dalawang kanta'y hinagkan niya ito sa ulo at ginulo ang buhok nito at saka kinumutan sa mga paa at pabulong na sinabi sa anak na mahal niya ito.

"I love you, too, Mom!" nakangiting sinabi ni Carlo at pinukol siya ng halik bago siya lumabas ng pintuan.

Sumampa siya sa kama at kinuha sa kamay ni Mara ang hawak na hairbrush nito at siya na ang nagpatuloy na maghagod niyon nang paulit-ulit sa unat at lampas-balikat na buhok ng anak.

"Ayan!" natutuwang palatak ni Mara at kinuha ang unan sa tagiliran at ipinatong iyon sa kandungan niya at patagilid na nahiga duon.

Nakangiting ipinagpatuloy niya ang paghagod sa buhok ng anak sa isang bahagi ng ulo nito. Pagkuwa'y bumabaling ito para ang kabilang panig naman ng ulo ang kanyang suklayan.

"Dalaginding na ang anak ko," sabi niya. "Ang ganda-gandang dalaginding. Alam mo bang mahal na mahal ka ni Mommy, Mara?"

Mabilis na bumalikwas ng bangon si Mara at mahigpit na yumakap sa kanya. "Mahal na mahal din kita, Mom!"

Nang bumitiw sa kanya si Mara ay tinulungan niya itong mahiga nang maayos sa kama nito. Kinumutan niya at masuyong hinalikan sa ulo, sa nuo, sa tungki ng ilong. Nakangiting pumikit si Mara, at maingat, walang kaluskos na iniwan niya ang anak.

8

Matamis na Lason

*Malaki na raw siya—si Mara Marasigan. At sa ikalabinlimang taong kaarawan niya'y binati niya ang sarili ng **Happy Birthday to Me**!*

> *Dumating siyang nag-iisa sa klinika ni Dra. Aleli Roldan.*
>
> *Hello, Mara.*
>
> *Hi, Tita Aleli. Gusto mo raw akong makausap, sabi ni Mom. Kaya... 'eto na 'ko.* (At kusa nang naupo sa silya sa harap ng mesa ni Dra. Aleli Roldan.)
>
> *Hindi mo kasama ang Mommy?*
>
> *Inihatid n'ya 'ko. Hindi ko kasi alam puntahan 'tong clinic mo. Pero sabi ko sa kanya'y hindi na kailangang kaharap pa s'ya sa pag-uusap natin.*
>
> *Syempre pa, Mara. Malaki ka na naman.*
>
> (Napatitig kay Dra. Aleli Roldan ang mga matang iyong katulad ng mga mata ni Nadia Samaniego.)
>
> *Tutuong iniisip mong malaki na 'ko, Tita Aleli?*
>
> *You're fifteen years old, and big enough for me, Mara.*
>
> *How... how big is big, Tita Aleli?* (Parang gustong matunaw ang kulay-kapeng mga matang iyong nakatitig sa mukha niya nang walang kurap.)
>
> *Wala sa edad, Mara. Wala rin sa laking pisikal. Nasa kung pa'no at bakit ginagawa ng 'sang tao ang mga bagay. Halimbawa'y gusto mong makipag-usap sa 'kin nang di kaharap si Mommy. Kelan mo talaga naisip na malaki ka na, Mara?*
>
> *Nang... nang w-wala na sa bahay ni Dad si Mom!*
>
> *Pa'no 'yun?*
>
> *W-wala na kasi si Mom, k-kailangan ko nang mag-isip para... para sa 'king sarili!*
>
> *Halimbawa?*

197

H-halimbawa'y kung... kung a-ano ang tama at mali; k-kung ano ang... ang g-gusto ko't ayaw.

Halimbawa?

H-halimbawa... (Matingkad na ang mga latay ng kirot sa mga mata ni Mara Marasigan; at napapasibi na ang mga labi nito sa pagbabanta ng mga luha.)

NAGBUKAS kay "Tita" Aleli—kay Dra. Aleli Roldan—si Mara Marasigan. Nang sabihin niya iyon kay Nadia Samaniego, hindi matiyak ni Aleli kung alin sa dalawa ang gustong gawin ni Nadia: ang bumulalas ng panangis, o solohin ang pagkagimbal sa pamamagitan ng lubos na pananahimik. Nang masusing pagmasdan niya ang ina ni Mara ay nadiskubre niyang ginagawa nito ang dalawa: nakayukong nananangis ito nang tahimik na tahimik, kagat sa pagitan ng labi't mga ngipin ang ugpungan ng nakabaluktot na hinlalaki ng nakakuyom na isang kamay na mahigpit na sapo ng isa pa.

"Ako man si Mara, Nadia, hindi ko gugustuhing pag-usapan sa harap ng aking ina kung pa'no 'ko hinalay ng sarili kong ama. Hindi man n'ya sinabi, alam kong alam n'ya ang personal impact no'n sa 'yo. Hindi simpleng ayaw lang ni Mara na ibahagi sa 'yo, kung gano'n ang iniisip mo ngayon at nagkakangbubuhol ang hininga mo sa sama ng loob. Naiintindihan mo ba ang sinasabi ko, Nadia?"

Nakayuko pa rin, tumangu-tango si Nadia Samaniego.

"Ano'ng diprensya kung di ka man kaharap? May sasabihin ba sa 'kin ang 'yong anak na hindi ko ipaaalam sa 'yo? Hindi ba't ikaw na rin ang nagsabing gawin natin nang buong ingat at hinahon para hindi mapaso si Mara at maging bukas?"

Muli, mga tango mula kay Nadia.

"Handa ka na bang makinig ngayon, Nadia?

Sunud-sunod na muling tumango si Nadia at nagrelaks ang mga kamay at pinahiran ang mga luha.

ANO pa ba ang gustong uriratin sa kanya—kay Mara Marasigan—kaugnay ng pagsasamantala sa kanya ng ama niya?

Ang kaluluwa ni Mara'y likido sa kanyang mga mata; umaapaw na tulad ng baha.

Paano? At ang kaugnay na mga tanong: Pinagbuhatan ba siya ng kamay? Binusalan sa bibig? Pinilit, siya ba'y pinilit? *Paano?* Anu-ano ang ginawa, o ipinagawa, sa kanya ng kanyang ama upang matigib ang pagnanasa nito't magkaruon ng kasiyahan?

Hindi, hindi naging malupit sa kanya ang kanyang ama, sabi ni Mara Marasigan. Ang tutuo'y sinikap nitong maging maingat at masuyo—maingat na maingat at masuyung-masuyo—para hindi siya masaktan.

Hindi na kailangang pagbuhatan pa siya ng kamay; wala naman siyang lakas para makatutol at ni hindi rin siya makakilos. Hindi na kailangang takpan pa ang kanyang bibig—manhid ang kanyang dila, lahat ng salita'y namatay, at pakiramdam niya'y hindi na rin siya humihinga. Pinilit? Hindi ba't ang katulad niya sa mga pagkakataong iyon ay pagkaing nakahain na para sa kanyang ama?

Sabi nga niya'y naging masuyo at maingat si Alfredo Marasigan sa kanya. Pwede bang maging maingat at masuyo, di-malupit, ang isang akto ng karahasan?

Nagawa nga ni Alfredo Marasigan.

Sa paraan—at kalamnan?

Mahuhusgahan ba ang libro batay sa pabalat? Makinis at pulido ang paraan ni Alfredo Marasigan. Tulad ng pagiging edukado't disente nito sa pagdadala sa sarili. Pero iyon ay lalo lamang nagpatingkad sa lupit at dahas ng makasariling kagustuhan nito.

Iyon ay kaytamis, kaypait, kaysuyo, kaylupit! Bawat pagkakataon ay parang paghihingalo: May kapayapaan ng kamatayan sa ganap na paglimot; may sang-impyernong sumbat ang sikad ng kamalayan!

Salbahe s'ya; salbahe si Alfredo Marasigan, ang kanyang ama! Gusto nitong baliwin s'ya—si Mara Marasigan—siya na sarili nitong laman at dugo, sa mahigpit na paglalaban ng pagmamahal at pagkamuhi sa kanyang sariling ama!

Iyo'y matamis na lason—handog ng isang lobong nakabalatkayong tupa.

PINAGLARUAN ni Alfredo Marasigan hindi lang ang katawan ni Mara kundi pati na ang damdamin ng kanyang anak.

Paulit-ulit na sinabi nito sa anak na siya, si Mara Marasigan, ay mahal nito, mahal na mahal. At paulit-ulit ding itinanong kay Mara kung mahal niya ito, kung mahal na mahal niya ito nang katulad ng pagmamahal nito sa kanya. Habang inilulugso ng sariling mga kamay at katawan ang pagkatao't dangal ng sariling laman at dugo!

Sinabi rin nito sa anak na mahal nito, mahal na mahal ang ina ng mga anak; mahal na mahal, pero sila'y iniwan nito. At nalulungkot ito sa pag-alis ni Nadia, tulad ng alam nitong nalulungkot din ang mga anak sa paglisan ng kanilang ina. Ang lungkot, anito, ang lungkut-lungkot na iwanan ng isang minamahal; ang kalungkuta'y pwede lang pawiin ng pagmamahal din. Sana'y tulungan siya ng anak na si Mara na mapawi ang kalungkutang idinulot ng paglayo ng ina nito; sana'y magawa rin nitong huwag na ring malungkot ang anak sa pagkawala ng ina nito!

Umiyak pa si Alfredo Marasigan sa anak na si Mara, at napaiyak din si Mara—tahimik na tahimik na pag-iyak, walang-tunog na pag-iyak—at hindi niya alam kung para sa kalungkutan ng ama o sa sariling kalungkutan. Walang katulad na pangungulila ang lumulukob sa kanya sa mga pagkakataong inangkin siya ng sariling ama.

Ang pangungulila't kalungkutan ay hindi niya namalayang sumanib sa kanyang sarili.

HINDI narinig ni Mara ang pagbukas ng pintuan ng sariling silid. Ni hindi niya narinig ang pagtawag nang ilang ulit sa kanyang pangalan. Hindi rin niya namalayang nakapasok na si Carlo hanggang malakas siya nitong bulagain na ikinagimbal niya. Bigla siyang napasigaw at malakas na napaiyak. Takot na takot siya— gayong naggugulatan naman silang talaga ng kapatid. Takot na takot siya't nangangatal ang buong katawan.

Tarantang-taranta at soring-sori si Carlo. Hindi malaman ang gagawin para payapain siya.

"D-dati naman kitang ginugulat, a! Bakit sobra'ng takot mo ngayon... na p-parang multo 'ko? H-huwag ka nang umiyak, o... biro ko lang namang talaga, e!"

Umiiyak pa ring napayakap siya sa kapatid. "A-akala ko... akala ko'y si Dad ka! Akala ko'y si Dad na naman... n-nilapitan ako para... p-para..."

"Para gulatin ka, Mara? Bakit, ginugulat ka rin ba ni Dad, ha, Mara?"

"H-hindi. I-iba, iba ang ginagawa sa 'kin ni Dad, Carlo."

Nuon ipinagtapat ni Mara kay Carlo ang sikretong seremonyang ginagawa ng ama sa kanya. Ipinagtapat niya sa kapatid pagkaraang pasumpain itong sikreto lang nila iyon sa pagitan nilang dalawa.

Nag-swear-to-God-and-hope-to-die si Carlo sa kanya, may kasama pang taas ng nakalahad na isang palad.

Madilim na madilim ang mga mata ni Carlo pagkaraan.

"Hamo, babantayan kita. T-tahan na. Babantayan kita, promise!"

Muli, napalakas ang pag-iyak niya at muling napayakap sa kapatid. Nang maghiwalay sila'y nakita niyang umiiyak din si Carlo.

"Babantayan kita, Mara," ulit ni Carlo. At muling itinaas ang nakalahad na palad ng kanang kamay sa paraan ng panunumpa, habang pinapahiran ng kaliwa ang mga luha sa mukha.

PARANG tulingag si Nadia Samaniego nang matapos sa pagkukwento si Dra. Aleli Roldan. Parang tulingag—gayong ayaw tumigil sa pagbalibol sa utak niya ang salaysay ni Aleli tungkol kay Mara at Alfredo Marasigan, anak at asawa niya.

"Ano'ng masasabi mo, Nadia?"

"Gusto kong sipain ang sarili ko, Aleli! Kain na kain ako ng sarili kong mapait na karanasan sa mahabang-mahabang panahon. Pulos sarili ko ang iniingat-ingatan ko, pati mga anak ko'y naiwan ko sa tabi ng 'sang halimaw. Nabalaho na pala 'ko sa kumunoy ng sarili 'ko. Pulos sarili ko, ang sarili ko, pulos pag-iingat, pagliligtas sa sarili ko, at nawalan na pala 'ko ng silbi sa kaaalaga ko sa mga sugat ko na... na h-hindi ko rin naman mapagaling-galing sa s-sarili ko lang!"

"Ano'ng tingin mo sa pagbubukas sa 'kin ni Mara, ha, Nadia?"

"Ibinukas n'ya ang sarili sa 'yo. Inilantad n'ya sa iba —kay Carlo, sa 'kin, sa 'yo—ang mga sugat n'ya. Iyon ang s-simula ng p-paggamot... at p-paggaling, di ba, Aleli?"

"Oo, Nadia. Ayon sa ideya mo ng wastong paraan ng pagsuporta kay Mara. Kaya nga ang mungkahi kong makausap na muna s'ya. H'wag mo nang ipakain ang sarili mo sa nakaraan, Nadia. Nagsisimula pa lang tayo sa kaso ni Mara."

"Ano'ng susunod nating hakbang?"

"Kukomprontahin natin si Alfredo Marasigan. Sa pinakamaagang panahong magagawa natin. Handa ka na bang kumprontahin si Fred?"

"Handa na ba 'kong p-pumatay—'yun ba ang talagang gusto mong malaman? Para sa mga anak ko, Aleli, lalaban ako kahit ng patayan!"

"That's more than I'd like to hear from you, Nadia!" at sinundan iyon ng mataginting na tawa ni Dra. Aleli Roldan. "Pero mabuti nang alam ko. Hindi kita pahihiramin ng baril ko!"

"Ihaharap din ba natin si Mara sa kanyang ama, Aleli?"

"Kung sa tantya nati'y makakayanan n'ya, mas mabuti. Lalo't katabi kang pinakamalakas na suporta n'ya. Sabi nga ng tatay ko, tinatakot lang ng mga multo ang mga taong takot sa multo. By all means, let's all face our ghosts!"

9

Pakikipagtuos sa Halimaw

(Katulong ang sumagot. Hiningi ni Dra. Aleli Roldan si Alfredo Marasigan.)

Titingnan ko ho kung gising na.

Bakit, puyat ba s'ya? (Hindi niya palalampasin ang pagkakataong iyon para makasilip sa personal na buhay ni Alfredo Marasigan.) *Hapon na'y tulog pa rin s'ya.*

Gising ho s'ya sa magdamag—si Sir Marasigan. Laging gano'n mula nang lumipat ng tirahan ang mga anak. Hindi yata s'ya natutulog sa buong gabi. Parang multong kilos nang likos sa dilim. Umiinom habang nagpapasyal sa iba't ibang panig ng bahay, hanggang sa bakuran. Parang multo s'ya ngayon—si Sir Marasigan. Naku, ang dami ko na palang nasabi! H'wag na h'wag n'yong masasabi sa kanya, ma'am? Titingnan ko ho kung gising na s'ya.

(Nangingiting naghintay siya.)

Hello?

Mr. Alfredo Marasigan?

Speaking. Sino 'to? (Bahaw ang boses; nakalutang—parang wala dito't duon; boses ng lango sa alak, o high sa drugs.)

Aleli Roldan. Natatandaan mo pa ba? Kasama ni Nadia Samaniego sa birthday ng anak mong si Maru. Binigyan kita ng calling card ko no'n.

A. The doctor.

Yes. This is an official call from FWWC. Filipino Women Welfare Center. Mr. Marasigan, iniimbita ka ng Center kaugnay ng isang kaso. Nagharap ng kaso si Ms. Nadia Samaniego tungkol sa panggagahasa sa anak niyang si Mara. At ikaw ang tinukoy na respondent sa kaso.

203

I... I see.

Duktor ako, Mr. Marasigan. Isang psychiatrist.

And you're thinking I'm touched in the head? (At sinundan iyon ng pagaw na tawa ni Alfredo Marasigan.)

Pwede 'kong makatulong, Mr. Marasigan, kung palagay mo'y may maitutulong ako. Forensic psychiatry, medical jurisprudence... narinig, o nabasa mo na siguro ang tungkol sa mga ito. Ang akusado ay wala sa kanyang sarili nang isagawa n'ya ang krimen...

(Biglang humalakhak si Alfredo Marasigan—pagaw ding mga halakhak.)

You're out to prove to yourself that I'm really touched in the head! (Humahalakhak nga ba o umiiyak si Alfredo Marasigan?)

Kung sakalaing wala na sa 'yo ang calling card ko, heto ang address ng aking clinic.

HINDI niya inaasahang pupuntahan siya ni Alfredo Marasigan. Pero si Alfredo Marasigan ay dumating sa klinika niya.

Si Alfredo Marasigan—at ang kanyang sampung-pirasong mukha.

Iyon bang klase ng mukha na parang nabibingaw sa kabi-kabila. Isang mukhang nag-aangkin ng samut-saring malilikot na damdamin na hindi mo matukoy nang tahasan kung anu-ano. Nagbabagu-bago maging sa angking liwanag at anino. Minsa'y maaliwalas, minsa'y makutim. A, isang mukha iyong larangan sa paghahamok ng liwanag at dilim.

Ang mga mata nito'y malikot, mailap—walang depinidong pokus. Kung ano't saan nakatingin ay mahirap hulihin. Mga matang wari'y may tabing na manipis, puting film. Parang salaming nagkukubli sa tunay na mga damdamin? O prismatikong contact lenses na lumilikha ng maraming samutsaring kulay, pero nagtatago sa tunay na kulay ng mga matang iyon—matingkad na kulay-kape ba, kulay-abo, o itim? Mahirap tukuyin.

Ang bibig ay minsang mahigpit na nakatikom. Sa isang manipis na guhit. O kaya'y nginunguya ang ibaba o itaas na labi sa pagitan ng mga ngipin. O minsang nakaawang na punong mga labi sa wari'y pag-asam sa isang halik, o kaya'y nakabuka sa paikpik na paghiyaw. Minsa'y parang nakasibi, mayamaya'y nakabukas sa tawa o halakhak na walang tunog. O gagalaw-galaw na parang kinakausap ang sarili.

Mataas at mahagway si Alfredo Marasigan. Balingkinitan at magaan tingnan. Balingkinitan at magaan sa tingin na para bang sa anumang saglit ay maaari itong umangat, lumutang, lumipad—o sumemplang—kung saan.

Gulo ang tabal na buhok. Ginugulo sa paggusut-gusot dito ng sariling mga kamay mismo—siguro'y manerismo na nito. O sinasabukay ng pansariling unos?

"Maupo ka, Fred."

Naupo si Alfredo Marasigan sa harap niya.

"Fred na lang ang itatawag ko sa 'yo. Tulad ng tawag sa 'yo ng kaibigan kong si Nadia."

Napilas sa sibi o tawang walang tunog ang bibig na iyon, bago:

"Ba't hindi Sophocles?"

Napatitig siya sa mukha ni Alfredo Marasigan.

"Si Sophocles. Ang Griyegong manunulat na si Sophocles—ang manlilikha ng mga trahedya."

Tumango siya kay Alfredo Marasigan.

"Siya, si Sophocles, ang sumulat ng Oeidipus Rex o Oeidipus Tyrannus. Obra ng irony na pinagbatayan ni Freud ng tinatawag niyang Oeidipus complex."

"Bakit hindi Oeidipus?" hindi na niya napigil ang sarili. At pinangatawanan niya: "Oo... ba't hindi Oeidipus?"

Biglang humalakhak si Alfredo Marasigan. Ng kanyang pagaw na halakhak. "Si Oeidipus na dinukit ang sariling mga mata. Dinukit ang sariling mga mata—nang matuklasang pinatay niya ang sariling ama at ang naging asawa pala niya'y ang kanyang sariling ina!"

"Gustong dukitin ni Nadia Samaniego ang mga mata mo, Fred, pagkaraang mabasa niya ang sulat ng pagtatapat ng anak n'yong si Mara."

"A, ang simbolikong akto ng pagkakapon!" Humaha-lakhak nga ba si Alfredo Marasigan o nagpapalahaw ng iyak na walang luha? "Bakit, hindi ba n'ya alam na nakapon na n'ya 'ko? Oo, no'n pa mang ipagtapat n'yang ginahasa s'ya ng 'sang kawang sundalo! Pero 'yun ay ikalawa nang akto ng castration na naranasan ko! Ang una'y komplimento ng sarili kong ama—ang pinakamatalino; pinakamagaling at pinakapalalong lalaki sa buong mundo!"

Hindi na makahuma si Dra. Aleli Roldan. Siya ba'y tagapanuod, o tahasang kasangkot ngayon sa isang dula ng trahedya—sinulat, dinirihe at ginagampanan ni Alfredo Marasigan?

Wala nang makakapigil pa kay Alfredo Marasigan. Ang kasunod ay isang dramatikong monologo—at ang klinika niya ang tanghalan. Siya, si Dra. Aleli Roldan, bilang kaisa-isang piping tagapanuod-tagapakinig ng asawa ni Nadia Samaniego at ng ama ni Mara Marasigan. Napasulyap siya sa nakapinid na pribadong silid niya sa kaliwang bahagi ng kanyang klinika at pinigil niyang sarili mapatakbo ruon.

LUMAKI siya—si Alfredo Marasigan—na walang kontrol sa sariling buhay. Tulad din ng iba pa niyang mga kapatid. Ang kontrol sa buhay nilang lahat (kasama na ang kanilang ina) ay mahigpit na hawak ng kanilang ama. Kumbaga, ang kanilang ama ang nagmamaneho sa sasakyang kinaruruonan nilang lahat—at ito lang ang talagang nakakaalam kung saan sila pupunta, kung saan man ipasya nitong dalhin sila.

Hindi papayagan ng Matandang Marasigan na malagay sa peligro ang kabuhayang naipundar nito. Ang mga negosyong Marasigan ay kailangang mailagay sa mabuting mga kamay. Ang lahat ng mga anak niya'y kailangang matuto ng negosyo't pamamahala. Ang walang alam sa pangangalakal ay hindi makakaasa sa kanya ng kalinga't pamana. Ang gustong mamulubi'y libreng lumayas; makababalik lang sa alinmang bahay-Marasigan kung handa nang sumunod sa kanyang mga patakaran.

Sino ang para sa alahas? Ang para sa mga muwebles? Ang para sa ganito't ganuong pinagkukunan ng yaman ng pamilya-Marasigan? Habang bata'y kailangang magtutok na ng pansin ang sinumang anak niya sa bahagi nito sa negosyong Marasigan.

Si Alfredo ang panganay. Higit na inaasahan sa kanya ng Matandang Marasigan na siya'y magpapa-kahusay sa lahat ng sangay ng pangangalakal. Dobli-dobleng pananagutan ang nakaatang sa mga balikat ni Alfredo. Iniisip ng kanyang amang siya ang papalit dito sa pangkalahatang pamamahala sa mga negosyong Marasigan.

Alfredo, walang puwang ang kabaitan sa negosyo. Tumagas man ng dugo, Alfredo, kailangang magluwal ng tubo, tubo, tubo, ang anumang kapasyahan, patakaran, at mga relasyon sa kalakalan. Hindi ka pwede sa negosyo, Alfredo, kung malambot ang ilong mo't ikaw ay pusong mamon!

Naging sunud-sunuran siya sa kanyang ama—si Alfredo. Habang ang mga kapatid niya'y pana-panahong nagrirebelde at muli't muling naninikluhod sa pagsisisi at pagbabalik-loob sa poder ng kanilang ama.

Naging paboritong anak si Alfredo ng kanilang ama. Siya ang batang imahe ng Matandang Marasigan. Naging masinop ang pagpapatakbo niya sa kabuuang negosyong Marasigan. Nagawa niya sa masusing pamimili, masugid na pagsasanay at mahusay na pagpupwesto ng mga responsible't mapagkakatiwalaang mga tao. At nakuha niya ang mahigpit na pagtitiwala sa kanya ng kanyang ama.

Siguro nama'y pwede na siyang humiling sa kanyang ama?

Masyadong nakakapagod ang buhay sa mga numero, sabi niya sa kanyang ama. Gusto naman niyang mag-ukol ng mga libreng panahon sa isang malikhaing larangan. Halimbawa'y sa panitikan at sining. Magiging isang makabuluhang paraan iyon ng pahinga't relaxation. Makakatulong pa rin sa dagdag na bango't putong ng dangal sa pangalang Marasigan! Negosyo at sining—hindi ba't pambihirang kombinasyon iyon? At makakabawas pa sa malaking buwis sa gubyerno ng negosyong Marasigan!

Payag agad sa ideya ang Matandang Marasigan. Baka gusto ni Alfredo na magtayo sila ng Marasigan Foundation para sa arte at literatura? Walang problema. Basta may pera'y walang proyektong hindi magagawa. Ang Marasigan bilang patrono ng sining at panitikan! Para iyong simbahan o eskwelahan sa pinakapusod ng matagumpay na pangangalakal. Pagkaing kaluluwa sa gitna ng materyal na kaalwanan. Merit-plus na, tax-free pa!

Simulan mo na agad, Alfredo!

Sa usapin ng sariling kakayahan, iyon ay tusong kapasyahan at kapangahasan sa panig ni Alfredo Marasigan. Kumbaga, isang edukado't kalkuladong pagpapatibay niya sa kanyang abilidad, kasama ang lahat na ng napag-isipang mga peligro. Palabasa siya—kung hindi'y mababaliw siya sa kakukwenta ng mga assets at liabilities, gross/net sales at gross/net profits, etsetera, etsetera! Ito ang unang bentahe niya. Nabasa na niya mula Bibliya hanggang iba't ibang mitolohiya—Griyego, Romano, o anupaman. Nabasa na rin niya ang mga kathang klasiko at mga bestseller, hanggang sa mga talambuhay ng mga kilalang tao, mga travelogues at pati na mga travel brochures. Ilang ulit na siyang nakapangibang-bansa at nakapanuod ng mga malalaking pagtatanghal sa teatro na ginamitan ng modernong teknolohiya ang aspektong teknikal ng palabas: sets, lighting, effects. Katakut-takot na ang napanuod niyang mga pelikula, sa sinehan man o sa betamax—mula sa mga classics, maging mga avantgardists at film noir, hanggang mga indie films, B-movies at x-rated films. A, sa lawak ng background niya, knowledgeable talaga siya sa larangang hilig niya, liban pa sa may handa siyang kaban ng mga paksa.

Kung may problema man si Alfredo Marasigan—siguro'y hindi sa isip, kundi sa puso; pero, saka na ito. Ang mahalaga'y magagawa niyang makalikha ng isang tunay na makulay na dula sa tanghalan—lagi na'y magagamit niya nang todo-todo ang mga klasikong tauhan, mga costumes, make-up at masks, sets at props, mga ilaw at tunog, para makalikha ng isang grandiosong palabas! Saka na, saka na lang kung ano ang tunay na mga isipin at pakiramdam ng ordinaryong mga tao at karaniwang mga mamamayan. Handa na siya para sa mga dula't mga kwento—kahit pa sa tula—na makakasiya sa mga hari't dugong-bughaw at paham!

Wala siyang problema, sabi nga ng kanyang ama. Walang gaanong problema kapag may pera ka. Wala siyang problema sa gastusin sa produksyon ng isang dula. Wala ring problema sa pondo para sa paglilimbag ng kanyang mga obra ng panulat. Kung kailangan ng promosyon, hayaang magsalita ang salaping Marasigan. Hindi na siya daraan pa sa proseso ng "nagsusumikhay, pero patay-gutom na artista." At ang lahat ng gastusin ay malaking kabawasan pa nga sa napakalaking buwis na dapat bayaran ng mga negosyong Marasigan!

At si Alfredo Marasigan ay naging isa ngang alagad ng sining—isang manunulat/mandudula, at makata rin; likhang-Marasigan, siya bilang awtor, at ginugulan ng pondong Marasigan—ang kanyang ama bilang financier, sa ilalim ng Marasigan Foundation for Arts and Literature.

Isang purong Marasigan patent, iniisip ni Alfredo Marasigan. A patently Marasigan lie?

Si Alfredo Marasigan, artista?

A, si Alfredo Marasigan ay paktorya ng recycled na mga tauhan at sitwasyon mula sa Bibliya at mga mitolohiya: Christ, Thomas, Judas, atbp.; Zeus, Pandora, Prometheus, Oeidipus, Icarus, Antigone, etsetera, etsetera. Eskirol ng panitikan at sining na nakamaskara ni Perseus (pumatay kay Medusang ang buhok ay mga ahas) o ni Bellerophron (ang nakahuli sa Pegasus, ang kabayong may pakpak na buong tikas na bumulwak sa leeg ng naghihingalong Medusa) na sinakyan ang Pegasus sa masining at nakapanggigilalas na pagtakas niya sa reyalidad tungo sa daigdig ng ilusyon at pantasya!

SI NADIA Samaniego sana ang musa ng katotohanang makapagkakaloob ng nawawalang puso—o siguro'y pati kaluluwa?—sa panulat ni Alfredo Marasigan. Si Nadia Samaniego ng detention center. Si Nadia na isang detenidong pulitikal.

Sa detention center, duon niya nasalubong si Nadia Samaniego sa isang poetry reading ng mga makatang ang karamiha'y kakilala na niya, at kabilang siya sa naimbitahang bumasa ng ilang tula.

Si Nadia sa kanyang paikpik na katahimikan at nakakaintrigang malungkot na mukha't makirot na mga mata. Si Nadia na wari'y umuukilkil na puso't kaluluwa ng isang panahon ng karimlan at ligalig. Karaka'y nagmarka sa isip at loob niya si Nadia Samaniego.

Si Nadia—nimpa ng basal na bukal at batis, ng dalisay na tubig?

Si Nadia ay patuloy niyang pinuntahan sa detention center. Sinalubong nang ito'y palayain. At patuloy na binisita sa bahay ng mga Samaniego at maging sa pamantasang pinasukan nang ganap nang malaya.

Nang ligawan niya si Nadia, iyon ang kauna-unahang sariling desisyon ni Alfredo Marasigan. Ang pagpapakasal dito'y siya niyang pinakamalaking personal na kapasyahan. Dahil kay Nadia ay nakapangahas siyang angkinin ang kontrol kahit man lang sa personal na buhay niya. Buo na ang pasya niyang mapangasawa si Nadia Samaniego nang ipaalam niya iyon sa kanyang ama.

Sinong Nadia? A sylph, Papa! *Nadiang naging silfide?* No, Papa—a naiad; isang nimpang ang pangalan ay Nadia! *A, Silfide, Nimpa, o Nadia—wala na 'kong pakialam pa, Alfredo, iho; ang babae'y hindi masyadong pinag-iisipan nang mahaba, ito'y katabi lang naman sa kama para sa pakikipagtalik at pagsisilang ng anak!*

Bahala ka, bahala ka na, Alfredo—sinumang Silfide, Nimpa o Nadia—basta't bibigyan mo 'ko ng maraming apong Marasigan!

Hinandugan ng kasal ni Alfredo Marasigan si Nadia Samaniego: Damit-pangkasal na imakuladang puti. Singsing. Basbas ng alagad ng Diyos. Koro't dupikal ng kampana. Saboy ng bulaklak at mga butil ng bigas. Pinalayang mga puting kalapati. Alak ng kasiyahan. Masaganang pagdiriwang. Tahanan.

Ano'ng naging kapalit?

Mga kalansay at multo ng isang madilim na lumipas. Na wari'y nagkabuhay na mga ahas sa ulo ng isang Medusa!

"At tulad ni Perseus, kailangang patayin mo ang Medusa?" halos pigilin ni Dra. Aleli Roldan ang kanyang paghinga.

"Tulad ni Bellerophron, ang alagad ng sining sa mitolohiyang Griyego..." wari'y naglalayag sa malayo ang mga paningin ni Alfredo Marasigan, "kailangan ko ang Pegasus para makatakas, makatakas at makapailan-lang sa mga pakpak ng panaginip, ilusyon at pantasya!"

"Si Mara na sarili mong anak, siya'y itinuring mong Pegasus ng 'yong pagtakas?"

"Oo, isang Pegasus na bumulwak... sa sinapupunan ng kanyang inang si Nadia... Si Nadiang itinuring kong nabuhay-na-muling Medusa!" at napayupyop sa silya si Alfredo Marasigan at nanangis.

BUMUKAS ang pinto ng kanyang pribadong silid at iniluwa niyon ang mag-inang Nadia at Mara.

"Nakakaawa ka, Alfredo Marasigan," mababa, marahan, pero tahas ang tinig ni Nadia Samaniego. "Malaking pagkakamaling inibig kita't inasahang mababago mo ang buhay ko. Nakabalaho ka pala sa lalong kahabag-habag na kalagayan ng kawalan ng sariling bait—pa'no mo nga ako mahahango sa kumunoy ng aking kahapon? Hindi ka nga makakatayo nang tuwid, dahil ang gulugod mo'y putik. Wala ka nang kinabukasan sa makutim na budhing nakalambong sa 'yong mga mata. Nakakaawa ka, Fred—ito lang ang pinakamabait na salitang masasabi ko sa 'yo."

Lalong nagkabingaw-bingaw ang mukhang iyong nakabaling sa pagkakatunghay sa kanyang mag-ina. Lalong hindi matutukoy ngayon kung ano at saan ang pokus ng mailap, malikot na mga matang iyong nag-iibaiba ang kulay, kislap, damdamin.

"Dad, ikinalulungkot ko... I really feel sorry for you, Dad! Mahal kita talaga, hindi mo ba alam? Hanggang ituro mo mismo sa 'king kamuhian kita!"

"Ano sa palagay mo, Fred—may kaso ba tayo o wala?"

"B-by all means, let's have this one, and give Old Man Marasigan the biggest shock of his life!" At humalakhak si Alfredo Marasigan ng kanyang pagaw na halakhak—na sa pandinig ay higit na palahaw ng iyak.

Halos magkayakap na tinungo ng mag-inang Nadia at Mara ang pintuan palabas ng klinika ni Dra. Aleli Roldan.

10
Tahanan ng Pangarap
at Panata sa Paglaya

Nagharap ng reklamo't kaso ng imoralidad ang isang babaing aplikante sa DECS nang paghubarin siya't pagsayawin nang naka-panties lang ng mga lokal na opisyal ng kagawaran. Ginawa niya iyon nang siya'y pabalikin at sa ikalawang pagkakatao'y pinasasayaw na muli—nang wala nang anumang saplot. Dito na nagpuyos ang babae at ibinunyag ang kanyang masaklap na karanasan sa pag-aaplay sa DECS para makapagturo.

Ginagawang motel ng isang opisyal ng DAR (Department of Agrarian Reform) ang isang silid ng kagawaran tuwing gusto niyang makipagtalik sa isang babaing empleyado. Hanggang mahuli sila sa akto ng isang empleyadong nagbukas ng silid na nakalimutan niyang isusi sa loob sa pagmamadaling mairaos niya agad ang kanyang pagnanasa. Nabunyag ding hindi lang ang isang silid na iyon ng Kagawaran ang ginagawang motel ng playboy na opisyal— pati rin pala ang isang service van; isasara lang ang lahat ng mga pintuan at bintana niyon at kahit sa mismong bakuran ng Kagawaran ay nakaka-score ang opisyal na dayupay sa laman.

Isang huwes na nilapitan ng isang biyuda para sa mga seguro at iba pang usaping pinansyal ng yumaong asawa ang kumerida sa babae hanggang sa maanakan ito. Ang tusong huwes na naghangad sa katawan at pera ng babae'y tumangging kilanlin at suportahan ang anak sa biyuda.

Bigla na lang nawala ang bata't magandang mukha ng baguhan pero may-talinong babaing newscaster sa screen ng tv; hindi na niya masikmura ang hayagang sexual ha-

213

rassment (kadalasa'y sa harap mismo ng mga cameramen at crew!) na ipinalalasap sa kanya ng hepe ng news and public affairs department ng istasyon ng telebisyong pinasukan niya. Napilitang mag-alsa-balutan ang batang-batang tagapagbalita bago siya tuluyang mapariwara sa mga kamay ng manyakis na boss tulad ng di-na-iilan lang na nauna nang naging biktima nito.

Saang puwang sa ilalim ng araw para sa tunay na pagkilala sa talino't kakayahan ng isang babae—para sa katuparan ng kanyang pangarap at kaganapan ng kanyang kasarilihan at pagkatao?

Ang babae ba'y mananatiling isang parikala o ironya ng kanyang namumukod-tanging tadhana—sinapupunan ng buhay, at puntod ng pangarap ng sariling kaganapan at paglaya?

INILIBOT ni Dra. Aleli Roldan si Nadia Samaniego sa bahay niyang walang nakapalibot na pader. Pagpasok mo sa pintuan ay diretso ka sa loob mismo ng bahay, pero ang mabubungaran mo'y isang malaki, luntian at mabulaklak na hardin sa gitnang-gitna ng bahay mismo. Magandang harding iniikutan ng salas, komedor at kusina, music room at master's bedrooom sa ibaba, at ng ilan pang mga kwarto sa itaas liban sa malaking library/ study room.

Ang hardin ang pangunahing feature ng bahay. Binusising mabuti iyon ng isang mahusay na landscaper. Sa gitna'y may lawa-lawaang sagana sa makukulay na isda, at nilulutangan ng mga lotus. May tulay na tumatawid sa lawa; ang mga haligi'y driftwood na kinakapitan ng mga or-chid at ang bubong ay inaarkuhan, ginagapangan ng bougainvilla na ang mga bulaklak ay iba't iba ang kulay. Sa hardin ay may mga giant ferns, iba't ibang klase ng palmera, at mga punong pino at sipres na nagbibigay ng sapat na lilim. Sa isang sulok nito, pulos mga paso ng anthurium. Sa isa pa, mga roses. Mayruon ding mga gladiola, krisantemo, car-nation, doña aurora, at kung anu-ano pang bulaklak. May isang mataas na puno ng ilang-ilang na sa ilalim ay kulumpon ng mga puno ng sampagita. May napapayungang mga set ng mesa't upuang yari sa malalaking ugat ng kahoy sa hardin, at may mga duyan din.

Kumbinasyong antigo at makabago ang mga kasangkapan at palamuti sa bahay. Hindi maraming-marami, kundi mga piling-pili lang. Hindi nagsasa-kripisyo ng malalaking ispasyo para sa mga kasangkapan at mga palamuti. Isang bagay na kapansin-pansin, ang kwartong tulugan lang sa ibaba ang nadidindingan talaga. Pero mula sa salas, komedor/kusina, hanggang music area ay tila isang tuluy-tuloy, walang-sagkang daloy. May mga partisyon pero hindi matatawag na dingding— manapa'y mga divider na kumbinasyong mga palamuti at halaman kaysa mga harang.

"Ayokong makulong sa mga depinido, kahonadong mga lugar," nakangiting paliwanag ni Aleli. "Gusto ko ng ispasyo. Para makahinga nang malaya. Sa pagtulog at pag-aaral lang ako talaga nangangailangan ng privacy. Pero kahit na ang tulugan ko'y may sliding glass door palabas sa hardin, liban sa pintong patungo sa iba't iba pang panig ng bahay."

"Sariling bahay mo ito?"

"Ilang taon kong pinag-ipunan. Isa sa mga bagay na gusto kong ihandog sa 'king sarili—sa sarili kong pagsisikap... at nagawa ko naman. Pero hindi ito ang talagang katuparan ng pangarap ko bilang isang babae. Pwedeng sabihing simbulo lang ito. Simbulo ng kakayahan ng babaing h'wag maging parasito at makapagbuo ng sariling tahanan."

Sinundan ni Nadia Samaniego si Dra. Aleli Roldan sa tulay na tumatawid sa lawa-lawaan. Ang sahig ng tulay ay malinis na tulad ng suwelo sa loob ng bahay. Naupo siyang kaharap ng naupong kaibigang manggagamot sa sahig ng tulay. Palupasay ay sumandal sila sa magkaharap na posteng kinakapitan ng mga orkidyang namumulaklak.

"Kung katuparan na ito ng aking buong pangarap, dapat sana'y maligayang-maligaya na 'ko sa bahay na itong ang pinakapuso'y isang magandang hardin."

Ibig sabihi'y hindi pa rin siya maligaya, si Dra. Aleli Roldan?

"H'wag tayong mag-usap ngayon sa mga simbulo, Nadia. Mag-usap tayo sa mga tutuong 'kalamnan ng ating mga usapin bilang mga babae. Nag-iisa 'ko rito. Nasabi ko na sa 'yong naghiwalay kami ng aking asawa. Ayaw n'yang ipraktis ko—ang palalong asawa kong arkitekto!—ang aking propesyon. Iginiit ko, s'yempre."

Sinumang duktor ay nagsisimula sa trabahong ospital. Araw-araw na pasok iyon—kasama ang Sabado't Linggo. May twenty-four-hour duty kada ikatlong araw. Nakakapagod iyon—ang hospital duties. Pero may kaganapang nalilikha iyon sa sarili niya.

Mataas ang presyo ng pagpupursige niya sa kanyang propesyon. Tumindi ang di-pagkakaunawaan nilang mag-asawa. Lumaki ang guwang sa pagitan nila. Mga araw ng di-pagkikita. Mga paghaharap na walang imikan. Mga gabing kahit gising ay magkatalikod sa higaan at parehong nagtutulug-tulugan; kundi man kapwa naghihilik sa pagod ay sa pagkapata ng isipan sa kaiisip sa nagkakaluku-luko nang takbo ng kanilang relasyon. Manaka-nakang masilakbong pisikal na pagtatalik; nagsisimula sa kunwa'y di-sinasadyang mga dantay at yakap—kung pareho na silang hindi makatiis sa paghihintay sa pagkukusa ng isa't isa na ipahayag o ipahiwatig man lang ang narararamdamang pananabik.

Higit na marami at madalas ang mga araw ng nakasisikil na pananahimik at panlalamig. Bunga iyon ng kimkim na mga hinanakit—laluna sa panig ng asawa niya. Iniisip niyang lilipas din iyon, mararausan nila sa kalaunan. Lalo't nakapagtatalik pa naman sila nang may matingkad at masidhing pananabik sa isa't isa.

"Tuwang-tuwa ako nang ako'y magbuntis. Akala ko'y malaking tuwa 'yun sa 'king asawa. Pero hindi gano'n ang nangyari. Pinagdudahan ng asawa ko kung s'ya nga ang talagang ama ng bata sa t'yan ko. Malay daw n'ya kung sinong kasamahan kong duktor, o baka isang pasyente... Put..." mabilis na tinutop ni Dra. Aleli Roldan ang bibig upang pigiling pumulas ang mura mula sa bibig niya. "N-no'n ko nasigurong nagkamali ako ng pagpili ng lalaking mamahalin at pakakasalan. At nagpasya 'kong tapos na kami."

Yumuko si Aleli at kinuha sa bag niya ang kanyang sigarilyo't lighter. Nagsindi ng isa at ibinaba ang kaha't lighter sa pagitan nila.

"Masakit magmahal sa maling tao. Dinudoble ang sakit ng 'yong pagkakamali mismo. Pero sino bang tao ang di nagkakamali? Ang importante'y malamang nagkamali ka, kahit masakit na aminin ito sa sarili. At maituwid ang kamalian, kahit sa ga'no man kasakit na paraan—tulad ng pagputol sa relasyong akala mo'y tinakda ng langit. Ang mahalaga'y lagi mong maitutuwid ang direksyon ng 'yong buhay."

Nagsindi si Nadia ng sigarilyo para sa sarili. Humitit at nagbuga ng usok, bago: "Ang anak mo?"

Ilan taon nang hindi kasama ni Aleli ang anak niya. Pagkatapos ng elementary, ipinadala niya ito sa mga magulang sa Australia. Para duon na mag-aral.

Malinaw ang dahilan ni Aleli sa pagpapasyang kailangang maghiwalay silang mag-ina. "Ayokong matali s'ya sa 'kin. Gusto kong habang maaga'y matuto s'yang makapagsarili. Lalo't may mapagkakatiwalaan namang makakasubaybay sa kanya."

Hindi naman pagmamahal lang ng magulang ang kailangan ng mga anak. Kailangan ng isang bata ang pinakamaraming maaaring magmahal sa kanya sa proseso ng kanyang paglaki. Ito ang unang dahilan ni Aleli. Pero nang nag-iisa na siya'y nakahalungkat pa ng karagdagang saligang mga dahilan sa panig niya na nakabaon sa kanyang sarili.

"Natatakot pala 'kong ipagkamaling pagmamahal ang sa akto'y makasarili't maramot na palang pag-angkin ko sa kaisa-isa kong anak. Ayoko rin palang matali ako sa kanya, lalo't kami na lang dalawa pagkaraang magkasira kami ng ama n'ya. Ayokong mabilanggo s'ya sa 'kin—kahit ako pa ang ina n'ya. At ayoko ring makulong sa kanya, kahit anak ko pa s'ya!"

Isang katulong ang lumabas at nagdulot sa kanila ng malamig na maiinom.

"Nag-iisa 'ko ngayon dito. Payapa sa 'king sarili, pero hindi talaga masasabing maligaya. Dito sa simbulong 'to ng 'sang tahanan. Pero hindi lang naman dito ang buong buhay ko!"

Maligaya siya sa kanyang propesyon—si Dra. Aleli Roldan. Kahit iyon pa ang naging dahilan ng paghihiwalay nila ng kanyang asawa. Ang propesyon niya ang praktika ng lahat ng kanyang pinag-aralan, at patuloy na pinag-aaralan kahit na sa labas pa ng pormal na paaralan.

At masaya siya sa pakikisangkot sa maraming buhay. Lalo't nagiging bukas na ang mga pasyente niya sa laman ng isip at pakiramdam ng mga ito. Sa pinakainteresanteng usapin sa lahat: ang kakum-bakitan ng mga tao at ng buhay mismo. A, nakalilibang at kasiya-siya ang trabahong nakatutulong sa paggamot ng karamdaman ng kapwa-tao—sa katawan man, sa pakiramdam, sa kaisipan.

"Maniniwala ka ba, Nadia, kung sasabihin ko sa 'yong ang high point ng propesyon ko'y ang pagkakasangkot ko sa FWWC?"

"Nakikita naman 'yon ng lahat sa opisina, Aleli. Pati nga ako'y natuklasan mo sa sobrang pagkakasangkot mo!"

"At hindi kita tinigilan hangga't hindi ko nauunawaan ang puno't dulo ng misteryo ng 'yong hapis! Sa pangalan ng sisterhood, Nadia. At ito ang pinakapuso ng Center, di ba?"

"Oo. Pero hindi ko nagagawa sa paraang nagagawa mo, Aleli."

"Hindi pa nga, hangga't hindi ka nakikipag-peacepact sa sarili, Nadia. Sige na nga, madalas ay malupit ang mundo sa 'tin. At, oo, walang pagkalinga sa sitwasyon natin ang iba pa. Pero una sa lahat, tayo mismo ang unang-unang kailangang mabait sa 'ting sarili. Pati ba naman ang kasalanan ng iba'y ipagdurusa pa rin natin?"

Napatitig si Nadia sa kaibigan.

"Nadia, hindi tutuong sariling puntod ng babae ang sariling sinapupunang nagluluwal ng mga buhay! Magkakagano'n lang kung papayagan natin."

Kumislap ang luha sa mga mata ni Nadia. Pero nakangiti ang luhaang mga matang iyon kay Aleli.

"Ang tahanan ng tunay nating mga mithiin at kaganapan ay nagsisimula sa 'ting mga sarili. Hindi ito mawawasak ng sinuman kung hindi natin papayagang mawasak ng iba!"

"Si Mara, Aleli. Ano'ng palagay mo sa kanya?"

"Hindi s'ya napagtagumpayang linlangin at lituhin ng isang Alfredo Marasigan, si Mara. At maaari mo s'yang kupkupin sa tahanan ng 'yong puso't isipan, Nadia, anumang sandaling kailangan n'ya ng kalinga't pagmamahal at seguridad."

"Oo nga, Aleli; dalawa kami... a, tatlo nga pala kasama si Carlo!"

"Hindi, apat tayo. Apat nga lang ba, Nadia?"

"Hindi lang. Marami tayo sa FWWC. Mas marami pa kung isasama natin ang ating mga kliyente. At oo nga pala, ang buong pamilya Samaniego... na matagal na ring itiniwalag ko sa 'king buhay sa pagbibilanggo ko sa sarili nang incommunicado! M-marami, maraming-marami nga pala tayo, Aleli! Mahigit kalahati ng langit, ano bang klaseng aktibista 'ko't nakalimutan ko?" Umiiyak-tumatawa na si Nadia Samaniego.

"At kalahati pa ng kalahating natitira—na binubuo ng mga lalaking di-tulad ni Alfredo Marasigan at ng aking asawa. Mga lalaking binubuo ni Carlo, ng mga volunteer na abugado ng Center, mga abugado ng Flag at Mabini, mga human rights advocates, atbp., atbp."

Ano ba itong si Aleli at gusto yata siyang pasigawin at palundagin sa mga sinasabi nito.

"Pero bago tayo malunod sa dami ng potensyal na mga kapanalig... Ano sa palagay mo, Nadia, kung tapusin ko na ang pagiging simbulo lang ng lugar na 'to bilang 'sang tahanan? Ayokong magsolo dito hanggang sa 'king pagtanda!"

"Ano'ng ibig mong sabihin? Mag-aasawa ka na uli, Aleli?"

Malakas na napahalakhak si Aleli sa sinabi ni Nadia.

"Naku, hindi, Nadia. Matagal ko nang pinag-iisipan kung ipali-lease ko 'to sa FWWC nang mura lang—para maging pisikal na tahanan ng mga kaso nating nangangailangan ng lugar."

"T-talaga, Aleli?" A, gusto na niyang mapasayaw ngayon sa malaking tuwa.

"Pero ipangako mong ikaw ang tatayong caretaker at tagapamahala na rin ng mga proyekto natin sa rehabilitasyon, Nadia. Pagtulungan natin—at kakatulungin na rin pati na si Mara at si Carlo kapag libre sila sa kanilang pag-aaral."

Bigla, hindi naman siya makasigaw, makalundag o makasayaw si Nadia Samaniego—kahit pakiramdam niya'y umaapaw na sa kagalakan ang kanyang dibdib. Ang sigurado'y napupuno sa mga luha ng kaligayahan ang kanyang mga mata, at nang mapakurap-kurap siya, ang mga kulay sa harding iyon ni Aleli ay naging bahaghari sa kanyang mga paningin.